மாயா

கிழக்கு பதிப்பக வெளியீடுகளாக சுஜாதாவின் புத்தகங்கள்

மீண்டும் ஜீனோ
நிறமற்ற வானவில்
நில்லுங்கள் ராஜாவே
தீண்டும் இன்பம்
ஆஸ்டின் இல்லம்
அனிதாவின் காதல்கள்
நைலான் கயிறு
24 ரூபாய் தீவு
அனிதா இளம் மனைவி
கொலை அரங்கம்
கமிஷனருக்கு கடிதம்
அப்ஸரா
பாரதி இருந்த வீடு
மெரீனா
ஆர்யபட்டா
என் இனிய இயந்திரா
காயத்ரி
ப்ரியா
தங்க முடிச்சு
எதையும் ஒருமுறை
ஊஞ்சல்
ஓரிரவில் ஒரு ரயிலில்
மீண்டும் ஒரு குற்றம்
விக்ரம்
நில், கவனி, தாக்கு!
வாய்மையே சில சமயம் வெல்லும்
ஆ..!
வசந்த காலக் குற்றங்கள்
சிவந்த கைகள்
ஒரே ஒரு துரோகம்
இன்னும் ஒரு பெண்
6961
ஜோதி
மாயா
ரோஜா
ஓடாதே
மேற்கே ஒரு குற்றம்
விபரீதக் கோட்பாடு
ஐந்தாவது அத்தியாயம்
மலை மாளிகை
விடிவதற்குள் வா
மூன்று நாள் சொர்க்கம்
பத்து செகண்ட் முத்தம்
கம்ப்யூட்டர் கிராமம்
இளமையில் கொல்
மேகத்தை துரத்தியவன்
ஒரு நடுப்பகல் மரணம்
நகரம்
இதன் பெயரும் கொலை
மண்மகன்
தப்பித்தால் தப்பில்லை
விழுந்த நட்சத்திரம்
முதல் நாடகம்
ஆட்டக்காரன்
ஜன்னல் மலர்
என்றாவது ஒரு நாள்
வைரங்கள்
மேலும் ஒரு குற்றம்
சொர்க்கத் தீவு
கனவுத் தொழிற்சாலை
ஆயிரத்தில் இருவர்
பதினாலு நாட்கள்
உள்ளம் துறந்தவன்
பிரிவோம் சந்திப்போம்
கரையெல்லாம் செண்பகப்பூ
இரண்டாவது காதல் கதை
நிர்வாண நகரம்
குருபிரசாதின் கடைசி தினம்
இருள் வரும் நேரம்
திசை கண்டேன் வான் கண்டேன்
ஆழ்வார்கள் - ஓர் எளிய அறிமுகம்
தேடாதே
விருப்பமில்லாத் திருப்பங்கள்
விரும்பிச் சொன்ன பொய்கள்
கை
ஆதலினால் காதல் செய்வீர்
நூற்றாண்டின் இறுதியில் சில சிந்தனைகள்
அப்பா, அன்புள்ள அப்பா
மிஸ். தமிழ்த்தாயே, நமஸ்காரம்!
சிறு சிறுகதைகள்
வாரம் ஒரு பாசுரம்
வானத்தில் ஒரு மௌனத்தாரகை
கடவுள் வந்திருந்தார்
அனுமதி
ஓலைப் பட்டாசு
சேகர், சிங்கமய்யங்கார் பேரன்
கம்ப்யூட்டரே ஒரு கதை சொல்லு
டாக்டர் நரேந்திரனின் வினோத வழக்கு
நிஜத்தைத் தேடி
பாதி ராஜ்யம்
சில வித்தியாசங்கள்

மாயா

சுஜாதா

கிழக்கு

மாயா
Maaya
by Sujatha
Sujatha Rangarajan ©
First Edition: August 2010
56 Pages
Printed in India.

ISBN 978-81-8493-517-2
Kizhakku - 523

Kizhakku Pathippagam
177/103, First Floor,
Ambal's Building, Lloyds Road,
Royapettah, Chennai 600 014.
Ph: +91-44-4200-9601

Email : support@nhm.in
Website : www.nhm.in

Kizhakku, An imprint of New Horizon Media Pvt. Ltd.

All rights relating to this work rest with the copyright holder. Except for reviews and quotations, use or republication of any part of this work is prohibited under the copyright act, without the prior written permission of the publisher of this book.

Cover Image : Shutterstock ©

Kizhakku Pathippagam is an imprint of New Horizon Media Private Limited

This book is sold subject to the condition that it shall not, by way of trade or otherwise, be lent, resold, hired out, or otherwise circulated without the publisher's prior written consent in any form of binding or cover other than that in which it is published and without a similar condition including this the rights under copyright reserved above, no part of this publication may be reproduced, stored in or introduced into a retrieval system, or transmitted in any form or by any means (electronic, mechanical, photocopying, recording or otherwise), without the prior written permission of both the copyright owner and the above-mentioned publisher of this book.

"மிஷனின் தலைவர் சுவாமி கிருஷ்ணானந்தா என்பவரும் உள்ளே வீற்றிருந்தார். அவர் என்னை அழைத்தார். நான் எனக்குத் தரப்பட்ட போதைப் பொருளின் ஆதிக்கத்தில் அவரிடம் சென்றேன். அவர் என்னை ஒரு சிறு குழந்தை போல் கையாண்டார். அவர் என் உடைகளைக் களைந்து தன்முன் என்னைப் படுக்க வைத்து என் நாபியில் ஒரு மலரை சிரத்தையுடன் அமைத்தார். பிறகு மற்றொரு மலரை..."

முன்னுரை

'மாயா' தினமணி கதிரில் வெளியானது. முதல் அத்தியாயம் வெளிவந்த கையோடு அதன் ஆசிரியர் சாவிக்கு ஒரு கடிதம் வந்தது. அதற்குமுன் நான் நடுவராக இருந்த சிறுகதைப் போட்டிக்குத் தான் கதை அனுப்பியதாகவும் அந்தக் கதையை அப்படியே காப்பி அடித்து இது எழுதப்பட்டுள்ளது என்றும், லாயர் நோட்டீஸ் வரும் என்றும் அச்சுறுத்தியது அந்தக் கடிதம்.

சிறுகதைப் போட்டிக்கு எனக்கு கடைசி 10 கதைகள் மட்டும்தான் காட்டப்பட்டன என்றும், அதில் அந்த அன்பர் எழுதிய கதை இல்லை, தேறவில்லை என்றும் ஆசிரியர் சாவி சொல்லிப் பார்த்தார். ஆனால் அந்த ஆசாமி விடாப்பிடியாக கதிர் அலுவலகத்துக்கு வந்து தொந்தரவு செய்தார். சட்டென்று முடிவு எடுத்தார் சாவி. 'கேஸ் போடும்' என்றார். அதன்பின் அவரிடமிருந்து கடிதமோ தொந்தரவோ இல்லை.

அண்மையில் காலமாகிவிட்ட 'சாவி'யிடம் என் நீண்ட நாள் நட்பில் இம்மாதிரிச் சம்பவங்கள் பல.

அவர் நினைவுக்கு இந்தப் புத்தகத்தைச் சமர்ப்பிக்கிறேன்.

18.2.2001   சுஜாதா
                                                 சென்னை

மாயா

1

கருங்கல் சுவர் ஆள் உயரம் இருந்தது. வாசலில் காவல்காரன் என் காரை நிறுத்தினான். என் பெயர் கேட்டான். 'கணேஷ்' என்றேன். உடனே கதவைத் திறந்து என்னை அனுமதித்தான். காத்திருக்கிறார்கள் எனக்காக. திறந்த கதவின் கம்பிகளுக்கு நடுவில் ஆங்கில கே.எம். எழுத்துக்கள் சமீபத்திய பிராஸோவில் பளபளத்தன. 'கிருஷ்ணா மிஷன் - உலக அமைதி' என்று அதன் கீழ் எழுதியிருந்தது. உள்ளே அந்தக் கட்டடத்தை அடையும் பாதை கவிதையுடன் நெளிந்தது. இருபுறமும் வரிசையாக குல்மொஹர், டாலியா, செஸ்பானியா பூக்கள், கொடிகள் வர்ணங்கள், பச்சைப் புல் சதுர கஜங்கள்.

வெண்மையான கட்டடம். தந்தம் போல் மெலிதான மஞ்சள் கலந்த, பளபளக்கும் வெண்மை. வெள்ளை அடித்தவனை விசாரிக்க வேண்டும். 'கில்லாடி வேலை வாத்யாரே!'

போர்ட்டிகோவில் என் கறுப்பு கார் உறுத்தி இருக்கும். எனக்காக அந்த மாது காத்திருந்தாள். 'நீங்கள் பத்து நிமிஷம் லேட்' என்றாள். நான் கதவைத் திறந்து என் தாமதத்தைப் புன்னகையில் மறைத்தேன். பின் குறிப்பாக, 'ஸாரி' என்றேன். அம்மாள் வெண்மை சாகரமாக இருந்தாள். அவளுக்கு வயது நாற்பத்து எட்டு இருக்கலாம். லேசாக மீசை இருந்தது. கண்களில் கண்ணாடி வட்டங்கள்; தலையில் நரை என்பதே இல்லை. விஸ்தாரமாக இருந்தாள்.

'ரொம்ப அழகான இடம், அமைதியான இடம்' என்றேன். அவள் பதில் சொல்லவில்லை.

நாங்கள் உள்ளே நுழைந்தோம். 'பூட்ஸைக் கழற்றி விடுகிறீர்களா?' என்றாள். உடன்பட்டேன். உள்ளே 'ரொய்ங்' என்று ஆர்மோனியம் வேட்டை நாய்போல் தொடர, என்னால் கிரகிக்க முடியாத பாஷையில் ஒரு கோஷ்டிகானம் கேட்டது. கானத்தில் இசையில் மோகனம் இருந்தது.

ஹால் எதிரே சுவரில் பெரும்பான்மையை அடைத்துக்கொண்டு ஒரு பெரிய கிருஷ்ணர் படம். நீலநிறத்தில் தவழும் கிருஷ்ணர். ஒரு கையில் புல்லாங்குழலும் மற்றொரு கையில் உலகத்தையும் வைத்திருந்தார். தவழ்ந்த காலால் மற்றொரு உலகத்தை உதைத்துத் தள்ளிக்கொண்டிருந்தார். உதைக்கப்பட்ட உலகத்தில் நிறைய பாபாத்மாக்கள் இருந்தார்கள். அவர்கள் சுகித்துக் கொண்டும், படுத்துக்கொண்டும், பொதுவாகக் கெட்ட காரியங்கள் செய்துகொண்டும் இருந்தார்கள். கிருஷ்ணனின் கையில் இருந்த சலுகை உலகத்தில் எல்லோரும் சிரித்துக் கொண்டும், சதா சந்தோஷமாக, திலகம் இட்டுக்கொண்டு, வெண்மையான உடைகள் அணிந்துகொண்டு ஏழாவது சொர்க்கத்தில் இருந்தார்கள். அதில் நான் இல்லை.

தரையில் கால் வைக்கக் கூசியது. அத்தனை சுத்தம். 'என் அறைக்கு வருகிறீர்களா?' என்றாள். நடந்து கடந்தபோது அந்த பஜனை அறையில் பெரும்பாலும் புஷ்டியான பெண்கள் உட்கார்ந்திருப்பதைக் கவனித்தேன்.

அந்த அறையில் தரையில் உட்காரச் சற்றுத் தயக்கமாக இருந்தது. என் பேண்ட் சில தப்பான இடங்களில் பிடித்தது. சையத் என்கிற ஸ்பெஷல் டெய்லர் நல்ல வலுவான தையல் நூல் உபயோகித் திருக்க வேண்டுமே என்ற கவலையுடன் உட்கார்ந்தேன். ஊது வத்தி வாசனையுடன் சற்று வாடிய சம்பங்கிப் பூக்களின் வாசனை என் மூக்கில் பரவியது. இன்னும் அரைமணிக்கு சிகரெட் குடிக்க முடியாது என்கிற ஏக்கம் என் சுவாசங்களில் புலப்பட்டது. அம்மாள் அழகாக உட்கார்ந்தாள். 'நீங்கள் எங்கள் மிஷனைப் பற்றிக் கேள்விப்பட்டிருக்கிறீர்களா?' என்றாள்.

என் மிகவும் சுறுசுறுப்பான வக்கீல் வாழ்க்கையில் இந்த மிஷனைப் பற்றிக் கேள்விப்பட அதிகம் அவகாசமில்லை. 'கேள்விப்பட்டிருக்கிறேன்' என்றேன்.

'சமீபத்தில் பேப்பர் பார்த்தீர்களா?'

சமீபத்தில் நான் பம்பாய் சென்றிருந்தேன். செய்தித்தாள்களில் நான் கடைசிப் பக்கம் மட்டும்தான் பார்ப்பது வழக்கம். 'பார்த்தேன், எதுவும் விசேஷமாக உண்டா?' என்றேன்.

'எங்கள் மிஷனைப் பற்றி சென்னைப் பத்திரிகைகளில் செய்தி வந்ததே, பார்த்தீர்களா?'

'இல்லை. சொல்லுங்கள்' என்றேன். எனக்குக் கொஞ்சம் புரிய ஆரம்பித்தது. அவர்களுக்கு ஏதோ சிக்கல் ஏற்பட்டிருக்கிறது. அதற்குத்தான் என்னை அழைத்திருக்கிறார்கள்.

'நல்லது மிஸ்டர் கணேஷ்! எங்கள் மிஷனுக்காக நீங்கள் கோர்ட்டில் ஒரு கேஸில் வாதாட வேண்டும்.'

'என்ன கேஸ் சொல்லுங்கள்' என்றேன்.

'அதற்கு முன் எங்கள் மிஷனைப் பற்றிக் கொஞ்சம் சொல்கிறேன்' என்றாள். நிறையச் சொன்னாள். சுருக்கம் வருமாறு:

கிருஷ்ணா மிஷன் என்பது சுவாமி கிருஷ்ணானந்த சன்மார்க்க பதா என்கிற சிக்கலான பெயரால், 'சுவாமி' என்று சுருக்கமாக அழைக்கப்படும் மகானின் தலைமையில் நடத்தப்படும் ஒரு சர்வதேச இயக்கம். இதற்கு கலிபோர்னியா, ம்யூனிக், மிலான், லங்காஷயர், டோக்கியோ போன்ற இடங்களில் கிளைகள்

இருக்கின்றன. தன்னிச்சையாக அனுப்பப்பட்ட பணம் ஏராள மாகக் குவிகிறது. டாய்ஷ் மார்க், அமெரிக்க டாலர், பிரிட்டிஷ் பவுண்ட் என்று செல்வத்துக்குத் தங்குதடை இல்லை. இந்தியா விலும் மிஷனுக்கு ஏராளச் செல்வாக்கு. மிஷன் ஏழு கல்லூரி களை நடத்துகிறது. கோரக்பூர், சென்னை, மாசேர்லா, பம்பாய், மாண்ஸோர், மைசூர், கண்ணனூர் இவ்விடங்களில் கல்லூரிகள். கல்கத்தாவிலும் புது தில்லியிலும் இரண்டு இந்து சமய ஆராய்ச்சிக் கழகங்கள், ஏராளமான அனாதை இல்லங்கள், கண் தெரியாதவர் இல்லங்கள், புனர் வாழ்வு இல்லங்கள்.

தலைவர் சுவாமி கிருஷ்ணானந்த சன்மார்க்க பதா அவர்கள் பகவான் ஸ்ரீகிருஷ்ணரின் மறு அவதாரம் என்று அவருடைய பக்தர்கள் நம்புகிறார்கள். 'அவரால் பகலில் இரவை உண்டாக்க முடியும். நீரில் தேன் எடுக்க முடியும். ஒரே சமயத்தில் கலிபோர்னியாவிலும் கண்ணனூரிலும் தரிசனம் தரமுடியும்.' அவர் பக்தர்களில் ஒரு மத்திய மந்திரி, ஒரு கிழக்காசிய நாட்டின் மன்னர், ஒரு கிரிக்கெட் ஆட்டக்காரர், நோபல் பரிசு பெற்ற ஓர் அணுசக்தி விஞ்ஞானி என்று பல பிரபல மனிதர்கள் இருக் கிறார்கள். உலகம் முழுவதும் அவரை நேசிக்கிறது. அவரைத் தங்கத்தால் நிறுக்கிறார்கள். அவர் பாதங்களை முத்தமிடு கிறார்கள். எத்தனையோ போலிச் சாமியார்களின் மத்தியில் ஒரு உண்மையான கடவுள். அவர் இந்த யுகத்தின்... சுவாமியின் பிரதாபங்களைக் கொஞ்சம் கத்திரிக்கிறேன், கதை, வசனம் உங்களுக்குக் கிடைத்திருக்கும் என நம்புகிறேன். மூன்று வார்த்தைகளில், சுவாமி இஸ் கிரேட்!

பகவானுக்கு என் போன்ற ஒரு சாதாரண வக்கீலின் சகாயம் எதற்குத் தேவை என்று எனக்குள் கேள்வி பிறந்தது. அம்மாள் விஷயத்துக்கு வரட்டும் என்று காத்திருந்தேன். நான் இரண்டு கொட்டாவிகளை மென்று தின்றவுடன் அம்மாள் விஷயத்துக்கு வந்தாள். வாவ்! - விஷயம் மிகவும் சுவாரசியமான விஷயம்.

'உலகெங்கும் புகழ்பெற்ற எங்கள் மிஷன்மேல் ஏனோ களங் களம் ஏற்படுத்தச் சிலர் முனைந்திருக்கிறார்கள். இந்தச் சிலர் யார் என்பது எங்களுக்குத் தெரியவில்லை. ஆனால், மிஸ்டர் கணேஷ்! எங்கள் மிஷனின் மேல்' - அந்த அம்மாளின் கண்களில் லேசாகக் கண்ணீர் தெரிந்தது. 'அவதூறு ஏற்படுத்தி இருக்கிறார்கள். ஒரு வழக்கு தாக்கல் ஆகி இருக்கிறது. பிரஸிடன்ஸி மாஜிஸ்டிரேட்

கோர்ட்டில் ஒரு பெண், சுவாமி அவர்களின் மேல் புகார் செய் திருக்கிறார்கள். எப்படிப்பட்ட புகார்... கனவில்கூட நினைத்துப் பார்க்க முடியாது. அப்பப்பா...'

'பெண்ணா?'

'ஆம்! அவள் பெயர் மாயா!'

'புகார் என்ன?'

'அதை விவரிக்க என்னால் முடியாது. அந்த விஷ வார்த்தைகள் இந்த இடத்தின் அமைதியை, சுத்தத்தை, உண்மையைக் களங்கப் படுத்திவிடும்.

'புகார் என்ன என்பது எனக்குத் தெரியவேண்டும்.'

அம்மாள் எழுந்தாள். அலமாரியைத் திறந்து தன் துணி மூலம் சில காகிதங்களை நுனி விரலால் எடுத்து என்னிடம் தந்தாள். 'சென்ற வாரம் இந்தக் கேஸ் கோர்ட்டுக்கு வந்தது. அதை ஒத்திப்போட விண்ணப்பம் கொடுத்தோம். மூன்றாம் தேதிவரை ஒத்திப் போட்டிருக்கிறார்கள். நீங்கள் படித்துப் பாருங்கள்.'

அது ஒரு அஃபிடவிட். மாயா என்கிற இருபத்தி இரண்டு வயதுப் பெண் தாக்கல் செய்த புகார். 'நான் மாயா ராஜேஸ்வரன். ஒன்பது, கிராமணித் தெரு, சென்னை முப்பத்து ஒன்றில் வசிக்கும்...' என்று சட்ட சம்பந்தமான டாக்குமெண்டுகளுக்கே உரித்தான பழங்காலத்து இங்கிலீஷில் நெருக்கமாக 'டைப்' அடிக்கப் பட்டிருந்த புகார். எப்படிப்பட்ட புகார்! வாசிக்க வாசிக்கச் சூடேறிய புகார்.

'இன்ன தேதி, இன்ன இடத்தில் நான் (மாயா) ஒரு நண்பர் மூலம் அறிமுகப்படுத்தப்பட்டு கிருஷ்ணா மிஷனுக்கு அழைக்கப் பட்டேன். அங்கே நூலகத்தில் இருக்கும் இந்துமத சம்பந்தப் பட்ட புத்தகங்களை வரிசைப்படுத்தி அடுக்கும் வேலை எனக்குத் தரப்பட்டது. அந்த இடத்தின் அமைதியும் பக்தியும் என்னை முதலில் கவர்ந்தது. பின்புதான் இவை அத்தனையும் போலி என எனக்குத் தெரிந்தது. முதலில் நான் அவர்கள் பஜனையிலும் பூஜைகளிலும் கலந்துகொண்டேன்.

'சென்ற செப்டம்பர் மாதம் பதினெட்டாம் தேதி மாதா என்று அழைக்கப்படுகிற அந்த இடத்து மேட்ரன் போன்ற அம்மாள்

என்னிடம் வந்து அன்று இரவு நடக்கப்போகும் ஹேவஜ்ர சக்தி பூஜைக்கு கன்னிகைப் பெண்கள் தேவைப்படுகிறார்கள் என்றும், என்னை வர முடியுமா என்றும் கேட்டாள். நான் சம்மதித்தேன். நான் நிஜமாகவே கன்னிகையா எனக் கேட்டாள். நான் ஆம் என்றேன். இரவு முழுவதும் ஆசிரமத்தில் தங்கவேண்டி வரும் என்று சொன்னாள். நான் எதுவும் சந்தேகப்படாமல் உடன் பட்டேன். என்னைத் தனியே அழைத்துச்சென்று குளிர்ந்த நீரில் நீராடச் சொன்னார்கள். பின்பு வெண்மையான உடை தந்தார்கள். அந்த அம்மாளே அந்த உடைகளை அணிவித்தாள். பின்பு என்னையும் மற்ற சில பெண்களையும் உட்காரவைத்து மஞ்சள் நிறப் பூக்களால் மாலை அணிவித்து நெற்றிக்குத் திலகமிட் டார்கள். நான் ஒரு அறைக்குள் அழைத்துச் செல்லப்பட்டேன். அங்கே எனக்கு மிக இனிமையான பானம் பருகக் கொடுக்கப் பட்டது. அந்தப் பானம் மெலிதான மயக்கத்தையும், பிறகு அவர்கள் என்னைச் செய்யச் சொன்ன காரியங்களுக்கு இசைவை யும் கொடுத்தது. ஒரு பால்கனி போல் இருந்த இடத்தில் பௌர்ணமி நிலவைப் பார்க்கச் சொன்னார்கள். அங்கே வைத்திருந்த துளசிச் செடியின் வடக்குப்புற வேரை எடுக்கச் சொன்னார்கள். பிறகு...'

எனக்கே படிக்கத் தயக்கமாக இருந்தது.

நான் இனித் தரப்போவது கதையின் பூர்ணத்தை முன்னிட்டு, அந்த வாக்கியங்கள் பிற்பாடு கோர்ட்டில் எனக்கு உபயோகப் பட்டன என்கிற ஒரே காரணத்துக்காக மட்டுமே.

'பிறகு என் அந்தரங்கத்திலிருந்து ரோமம் எடுத்து அதைப் பொசுக்கி நெற்றியில் அணிந்துகொள்ளச் சொன்னார்கள்.

'மிஷனின் தலைவர் சுவாமி கிருஷ்ணானந்தா என்பவரும் உள்ளே வீற்றிருந்தார். அவர் என்னை அழைத்தார். நான் எனக்குத் தரப்பட்ட போதைப் பொருளின் ஆதிக்கத்தில் அவரிடம் சென்றேன். அவர் என்னை ஒரு சிறு குழந்தைபோல் கையாண் டார். அவர் என் உடைகளைக் களைந்து தன்முன் என்னைப் படுக்க வைத்து என் நாபியில் ஒரு மலரை சிரத்தையுடன் அமைத் தார். பிறகு மற்றொரு மலரை...'

என் கண்கள் ஏறக்குறைய ஒரு சாஸர் அளவுக்கு விரிய மேலே படித்தேன். விநோதமான மத சம்பிரதாயங்களும் பெண் அந்தரங்

கங்களும் கலந்த ஒரு ரகசிய நடைமுறை அதில் துல்லியமாக விவரிக்கப்பட்டிருந்தது. மாயா பிற்பாடு மயக்கமுற்றதையும் சொல்லி இருந்தாள். மறுநாள் காலை அவள் உடலில் ஒவ்வொரு பாகத்திலும் வலி ஏற்பட்டதையும் சில இடங்களில் காயம் இருந்ததையும் சொல்லி இருந்தாள்.

'மறுதினம் நான் மிஷனை விட்டு வெளியே வந்துவிட்டேன். அன்று மாலை டாக்டர் சரஸ்வதி என்பவரிடம் சென்றேன். அவர் பரிசோதித்துப் பார்த்ததில் நான் தூக்கத்தில் பலாத்காரப் படுத்தப்பட்டிருக்கிறேன் என்பதை அறிந்துகொண்டேன். என்னை ஏமாற்றி என் மானத்துக்குக் களங்கம் விளைவித்த சுவாமி கிருஷ்ணானந்தாவையும் அவருடைய போலி மிஷனையும் அரசாங்கம் உரிய முறையில் தண்டிக்கவேண்டும் என்று விண்ணப்பித்துக்கொள்கிறேன். எனக்கு ஏற்பட்ட களங்கத்துக்கு உரிய முறையில் நஷ்ட ஈடு கொடுப்பதற்கு கிருஷ்ணா மிஷனைப் பணிக்குமாறு விண்ணப்பம் செய்து கொள்கிறேன். ஒப்பம்: மாயா.'

நான் அம்மாளை நிமிர்ந்து பார்த்தேன்.

'அத்தனையும் பொய்' என்றாள்.

'சம்மன் வந்திருக்கிறதா?' என்று கேட்டேன்.

'ஆம். சுவாமி அவர்கள் கோர்ட்டுக்கு ஆஜராகும்படி வந்தது.'

'ம்ஹூம்' என்றேன் யோசனையுடன்.

'இந்தக் கேஸை நீங்கள் எங்கள் சார்பில் எடுத்து நடத்த வேண்டும்.'

'இந்தப் பெண் சொல்வது முழுவதும் பொய் என்கிறீர்கள்.'

'முழுவதும்.'

'இந்த மிஷனுக்கு வந்தாளா? அதாவது நிஜமா?'

'இவள் வேலை தேடி வரவில்லை. தனக்கு ஒருவரும் இல்லை; தான் நிர்கதியானவள் என்று ஒரு தினம் சரணாக வந்தாள். நாங்கள் ஏற்றுக்கொண்டோம். அவளுக்கு ஆலயத்தைச் சுத்தம் செய்வது, பூப்பறிப்பது போன்ற வேலைகள் கொடுத்தோம். சுவாமி இவளைப் பார்த்ததுகூட இல்லை.'

'எவ்வளவு நாள் இருந்தாள்?'

'ஒரு மாதம் இருந்திருப்பாள். அப்புறம் ஒரு நாள் அவளைக் காணவில்லை.'

'அவள் காணாமல் போனதை நீங்கள் போலீசிடம் சொன்னீர்களா?'

'இல்லை!'

நான் யோசித்தேன். 'இந்த மாதிரி பூஜைகள் இந்த இடத்தில்...'

'சே! கணேஷ்! முதலில் உங்களுக்கு நம்பிக்கை ஏற்பட வேண்டும். இது கடவுளின் இடம். மனத்தில், உடலில், ஆத்மாவில் பரிபூரண சுத்தம் உள்ள இடம். உண்மை அரசாளும் இடம்...'

நான் குறுக்கிட்டு, 'நான் சுவாமி அவர்களைப் பார்க்க முடியுமா?' என்றேன்.

'தியானத்தில் இருக்கிறார்' என்றாள்.

'தியானம் எப்போது முடியும்?'

'சொல்ல முடியாது. உங்களுக்குப் பாக்கியமிருந்தால் தரிசனம் கிட்டும்' என்றாள்.

'சுவாமி கோர்ட்டுக்கு வருவாரா? வரத் தயாராக இருக்கிறாரா?'

'வருவார். நாங்கள் - பக்தர்கள் - அதை முடிந்தால் தவிர்த்து விடலாம் என்று எதிர்பார்க்கிறோம்.'

'தவிர்க்க முடியாது. அவருக்கு இந்த விஷயம் தெரியுமா?'

'அவர் திரிகால ஞானி. அவருக்கு எல்லாம் தெரியும்.'

'அவர் என்ன சொன்னார்?'

'புன்னகைத்தார்' என்றாள்.

கோர்ட்டில் புன்னகைக்க முடியாது என எண்ணிக்கொண்டேன்.

'இந்தக் கேஸை மேலே தொடர்வதற்குமுன் நான் சுவாமி அவர்களைப் பார்த்தாக வேண்டும்.'

மறுபடி 'உங்களுக்கு பாக்கியமிருந்தால் தரிசனம் கிடைக்கும்' என்றாள்.

எனக்குக் கோபம் வந்தது. 'எனக்கு தரிசனம் வேண்டாம். அவரைப் பார்த்துப் பேசவேண்டும். அவரிடம் சில கேள்விகள் கேட்கவேண்டும்.'

'என்னிடம் கேளுங்கள். அவர் இந்த மாதிரி அற்ப விஷயங்களுக்கு அப்பாற்பட்டவர். அவர் கடவுள்.'

'சரிதான்! கடவுளுக்கு வக்கீல் எதற்கு?' என்றேன்.

'நீதான் கணேஷா?' என்று துல்லியமான குரல் கேட்டது. திரும்பிப் பார்த்தேன். அவர்தான்!

'சுவாமி கிருஷ்ணானந்த சன்மார்க்க பதா!

மாயா

2

கடவுளை அவ்வளவு சமீபத்தில் பார்க்க எனக்கு இதுவரை சந்தர்ப்பம் ஏற்பட்டதில்லை. சுவாமி கிருஷ்ணானந்த எட்ஸெட்ராவை அந்த அம்மாள் பகவானின் அவதாரம் என்றுதானே சொன்னாள். சுவாமி என் உயரம்தான் இருந்தார். நல்ல நிறமாக இருந்தார். அவர் கண்கள் கூர்மையாக இருந்தன. தலையில் பாட்மிண்டன் பந்துபோல் சீரான, தொட்டுப் பார்க்க ஆவல் தரும் முடி. இளம் தாடியின் மைக்கறுப்பு. மிக ஒழுங்கான பற்கள், ஈறுகள் ரோஜா நிறத்தில். உதடு மெல்லிய உதடு. மறுபடி ரோஜா நிறம்... நல்ல கவர்ச்சிகரமான முகம். மிக நீலமான பளபளக்கும் உடை அலையாகத் தொடர என்னை நோக்கி நடந்து வந்தார். கையில் தாமரைப் பூவைச் சுழற்றிக்கொண்டே வந்தார்.

அம்மாள் அப்படியே விழுந்து சேவித்தாள். அதை அவர் கவனிக்கவே இல்லை. நான் அசிங்கமாக எழுந்து கை கூப்பினேன். 'நமஸ்காரம்' என்றேன்.

'இவர்தான் வக்கீல், பிரபு' என்றாள் அம்மாள்.

'கேஸ்! ஆம்! நான் வரவேண்டுமா?' கவர்ச்சிகரமான குரல் வேறு.

'சுவாமி! உங்களுடன் நான் கொஞ்சம் பேசவேண்டும்.'

'பேசு' என்றார்.

'தனியாக' என்றேன்.

'தனிமை வேண்டாம். எதையும் மறைக்க வேண்டாம்.'

நான் அம்மாவைப் பார்த்தேன். அவள் இருப்பதை நான் விரும்பவில்லை. அவள் நகரவில்லை.

'எனக்கு கொஞ்சம் தண்ணீர் வேண்டும்' என்றேன்.

'ஸ்ரீமதி! நீர் கொண்டு வா' என்றார் சுவாமி. அம்மாள் காணாமல் போனாள்.

'இந்தக் கேஸ் காகிதங்களைப் படித்தேன். நீங்கள் படித்தீர்களா?'

'இல்லை, எனக்குப் படிக்கவேண்டாம்.'

'கேஸ் என்ன என்று தெரியுமா?'

'தெரியும். என் மேல் குற்றம் சாட்டப்பட்டிருக்கிறது. இதற்கு அவர்கள் தண்டனை தருவார்கள். என்ன தண்டனை?'

'சுவாமி, இந்தக் குற்றச்சாட்டு உண்மையா? என்றேன்.

'உண்மை என்பது என்ன?'

அம்மாள் தண்ணீர் கொண்டுவந்தாள்.

'புரியவில்லை' என்றேன்.

'உன் அகராதிப்படி உண்மை என்ன? உதாரணம் சொல்!' என்றார்.

'இந்த டம்ளரில் தண்ணீர் இருப்பது உண்மை' என்றேன்.

சுவாமி சிரித்தார், 'பார்' என்றார்.

சில செகண்டுகளுக்கு முன் தெளிவாக இருந்த தண்ணீர் நான் நிமிர்ந்து மறுபடி பார்ப்பதற்குள் நிறம் மாறி நன்னாரி வாசனை அடித்தது.

'நீ பார்த்தது தண்ணீரா?'

நான் விழிக்கவேண்டியிருந்தது. அம்மாள் மறுபடி சுவாமியை விழுந்து சேவித்தாள். பாதங்களைத் தொட்டாள். சுவாமி என்னையே நிதானமாகப் பார்த்துக்கொண்டிருந்தார். சற்றுப் பின் வாங்கிக் கொண்டேன். அந்த டம்ளரை பிரமித்தேன். 'சாப்பிடு. இனிப்பாக இருக்கும். பயப்படாதே, மயக்கம் தராது!' என்றார்.

'என் நண்பனே! திருஷ்டாந்தமாகப் பார்க்கும் விஷயம் எல்லாம் உண்மை என்று சொல்லாதே. முதலில் நம்பு. நம்பிக்கைக்குப் பின்தான் உண்மை என்பதே. பார்ப்பது உண்மை இல்லை. கேட்பது உண்மை இல்லை. ஸ்பரிசிப்பது உண்மை இல்லை. நம்புவதுதான் உண்மை. உனக்கு முதலில் நம்பிக்கை வேண்டும்.'

'சுவாமிஜி' என்னை அறியாமல் 'ஜி' சேர்த்துக்கொண்டேன். 'என் உலகம் கேள்வி-பதில் உலகம். கோர்ட், சாட்சி, எதிர்க்கட்சி என்று ஒரு நடைமுறைப்படி, மனிதர்கள் விதித்த விதிப்படி, செல்லவேண்டிய கட்டாயம் இருக்கிறது. உங்கள் கேஸை நான் எடுத்துக்கொண்டால் அதை நடத்தவேண்டியது என் கடமை. நான் இந்தக் கேஸை எடுத்துக்கொள்ள நீங்கள் விரும்புகிறீர்களா?'

'இவர்கள் விரும்புகிறார்கள்.'

'நீங்கள்?'

'உன் கேள்விகளைக் கேள்!' என்றார்.

முதல் கேள்வி, உங்களைக் கடவுளின் அவதாரம் என்று இவர்கள் சொல்வதைப் பற்றி நீங்கள் என்ன சொல்கிறீர்கள்?'

'சர்வ தேவோ சரீரஸ்திதா' என்றார்.

'எனக்கு சமஸ்கிருதம் வராது' என்றேன்.

'தமிழில் சொன்னால் உனக்குப் புரியாது. மேலே கேள்!'

நான் காகிதங்களைப் புரட்டினேன். என் கைகள் சற்று நடுங்கின. திடீரென்று காகிதங்கள் ஆகாசத்தில் பறந்து விடுமோ என்பது போன்ற பயம் என்னுள் இருந்தது. என்ன ஆசாமி இவர்? கடவுளா? செப்பிடு வித்தைக்காரரா? ஓரக்கண்ணால் அவரைப் பார்த்தேன். சாந்தமாக எனக்காகக் காத்திருந்தார்.

'ஹேவஜ்ர சக்தி பூஜை என்பது என்ன?'

சுவாமி அம்மாவைத் திரும்பி நோக்கினார். 'என்ன இது?' என்றார்.

'அந்தப் பூஜைக்கு அந்தப் பெண்ணை நீங்கள் அழைத்ததாகக் குற்றச்சாட்டு.'

'ஹேவஜ்ர சக்தி... ஆகம சாஸ்திரங்களில் இருக்கும் பூஜை அது.'

'ஆகம சாஸ்திரங்கள் என்றால்?'

'தந்த்ர சாஸ்திரம்; இந்த சமாசாரமெல்லாம் அதில் எப்படி வந்தது?'

'அந்தப் பெண் தன் புகாரில் குறிப்பிட்டிருக்கிறாள். ஹேவஜ்ர பூஜை... கன்னிகைப் பெண்கள் அவளை நீராட்டியது! அலங்கரித்தது... அப்புறம் இன்னும் நுணுக்கமாக, விஸ்தார மாகக் கொடுக்கப்பட்டிருக்கிறது.'

'யார் அந்தப் பெண்?'

'மாயா!' என்றேன் அவரைப் பார்த்துக்கொண்டு!

'மாயா! என்ன பெயர்ப் பொருத்தம்? பெண்ணே மாயா! அவளை எனக்குத் தெரியாது' என்றார் திட்டவட்டமாக.

'சுவாமி! அந்தப் பெண்ணின் குற்றச்சாட்டு மிகத் தெளிவாகவும் நிறைய விவரங்களுடனும் தரப்பட்டிருக்கிறது. இந்த மாதிரி பூஜைகள் இந்த இடத்தில் நடக்கின்றனவா?'

'முதலில் நீ ஆடும் வழக்கை முழுவதும் அறிந்துகொள். தந்த்ர சாஸ்திரம் எல்லாம் எனக்குத் தேவையில்லை. 'ந மந்த்ரம்... ந தந்த்ரம்...' என்று ஆதிசங்கரர் சொன்னதுபோல் உண்மை பக்தனுக்கு, உண்மை பகவானுக்கு இவை எல்லாம் தேவை

இல்லை. பெண்களைப் பொருத்தவரையில் அங்கே போ... எத்தனை பெண்கள் இருக்கிறார்கள்! அவர்களைக் கேள். பரதேசத்திலிருந்து பெல்ஜியத்திலிருந்து ஒருத்தி உட்கார்ந்திருக்கிறாள். அவளைக் கேள். 'இங்கே நடப்பது என்ன?' என்று கேள். இந்த இடம் திறந்த இடம். எங்கு வேண்டுமானாலும் சென்று உண்மை என்ன என்று கேட்கிறாயே; அதை நீயே கண்டுபிடியேன். ஸ்ரீமதி! இவருக்குப் பணம் தேவைப்படும். பணம் கொடு!' என்று ராஜநடை நடந்து விலகினார்.

சற்று தூரத்தில் திரும்பினார். 'மற்றொரு விஷயம், உன் தாகம் என்ன ஆயிற்று? நீ அந்த நீரைக் குடிக்கலாம், ஸ்ரீமதி, அவருக்குத் தண்ணீர் தா!' சுவாமி சென்றுவிட்டார். கீழே வைத்திருந்த அந்தத் தம்ளரை அம்மாள் பெருமையுடன் எனக்குத் தந்தாள். அது பழையபடி நீராக, துல்லியமாக இருந்தது.

'இப்போது நம்புகிறீர்களா?' என்றார் அம்மாள். எனக்குக் குழப்பம் அதிகமாகி இருந்தது. அம்மாள் எதிரே அலமாரியைத் திறந்து சலவை நூறு ரூபாய் நோட்டுகளைக் கொண்டுவந்து என் முன் நீட்டினாள். 'நாலாயிரத்து இருநூறு ரூபாய் இருக்கிறது' என்றாள்.

'எனக்கு இவ்வளவு பணம் தேவையில்லை' என்றேன்.

'எவ்வளவு வேண்டும்?'

நான் தயங்கினேன். ஒரு பக்கம், 'என்னைக் கெடுத்தான்' என்று குற்றம் சாட்டும் பெண். மறுபுறம் தண்ணீரைக் கைச் சொடுக்கலில் நிறம் மாற்றும் சுவாமி. இவர்களுக்கு இடையே உண்மை எங்கு இருக்கிறது? எப்படிக் கண்டுபிடிப்பது? நான் யார் கட்சி?

'பணம் தேவை இருந்தால் வாங்கிக்கொள்கிறேன்' என்றேன்.

'கேஸை எடுத்துக்கொள்கிறீர்களா என்பது தெரியவேண்டும்.'

நான் இம்முறை தயங்கவில்லை. தீர்மானித்தேன். அந்தத் தண்ணீரைக் குடித்தேன். விபூதி வாசனை அடித்தது.

'எடுத்துக்கொள்கிறேன்' என்றேன்.

அஃபிடவிட் காகிதங்களைச் சேகரித்துக்கொண்டேன். 'இவை என்னிடம் இருக்கட்டும்' என்றேன்.

'செலவுக்குப் பணம் வேண்டாமா?'

'கவலைப்படாதீர்கள், கேஸ் முடிந்ததும் நிச்சயம் வாங்கிக் கொள்கிறேன்.'

நாங்கள் இருவரும் அறையை விட்டு வெளியே வந்தோம். அந்த பஜனை முடிந்திருந்தது. வாசலில் பலர் காத்திருந்தார்கள். ஜுர வேகத்தில் துவண்டிருந்த குழந்தையைச் சுமந்துகொண்டு ஒரு தாய் ஆவலுடன் எங்களை நோக்கி வந்தாள். 'சுவாமி வருகிறாரா?' என்றாள்.

'வருவார், வருவார்.'

'நம்பிக்கை பற்றிச் சொன்னாரே சுவாமி. பாருங்கள் அதுதான்! அந்தக் குழந்தைக்கு இன்று ஜுரம் போய்விடும்' என்றாள்.

ஒரு வெள்ளைக்காரப் பெண் புடைவை அணிந்துகொண்டு, குங்குமம் இட்டுக்கொண்டு, கையில் பூஜை சாமான்களுடன் சென்றுகொண்டிருந்தாள்.

'மார்த்தா, ப்ளீஸ் கம் ஹியர்' என்றாள்.

'இவர் கணேஷ், லாயர்' என்று அறிமுகப்படுத்தினாள்.

'ஹௌ டு யூ டு?' என்றேன்.

'வணக்கம்' என்றாள் சுத்தத் தமிழில். அவள் கண்கள் பச்சையாக இருந்தன. அவளுக்குப் பதினெட்டு வயதிருக்கலாம். வாட்ட சாட்டமான உடல். கன்னிகை பூஜை செய்யவேண்டுமானால் இவளை வைத்துச் செய்திருக்கலாமே?

'இவளை நீங்கள் என்ன வேண்டுமானாலும் கேட்கலாம்.'

'இந்த இடம் உங்களுக்குப் பிடிக்கிறதா?' என்றேன்.

'ஆம்' என்றாள். 'நான் செல்லாத நாடில்லை. பார்க்காத காட்சி இல்லை. எனக்கு நிம்மதி இங்கேதான் கிடைத்தது. என் பிரயாணத்தின் முடிவை நான் எய்திவிட்டேன். சுவாமி அவர் களிடம் சரண் அடைந்துவிட்டேன். அவர் கடவுள்!' அவள் மோதிரத்தில் சுவாமி படம் இருந்தது.

'இங்கே என்ன செய்கிறீர்கள்?'

'கிணற்றில் தண்ணீர் எடுக்கிறேன். பூப்பறிக்கிறேன். பூஜைக்குத் தயார் செய்கிறேன். பிள்ளைகளுக்குப் பாடம் கற்றுக் கொடுக்கிறேன். கீதை படிக்கிறேன்.'

அவள் மேலே சொல்லிக்கொண்டு போனாள். இங்கே எல்லாரும் இப்படித்தான் பேசுவார்கள் என்று தோன்றியது. எனக்கு நிதானமாக யோசிக்கவேண்டும்.

'நான் வருகிறேன்' என்றேன். 'நாளை மறுபடி வருவேன் என்று நினைக்கிறேன்.'

'எவ்வளவு தடவை வேண்டுமானாலும் வாருங்கள். இது திறந்த இடம்' என்றாள்.

என் ரிஃப்ளெக்ஸ் சக்திகள் காரை ஓட்டிக்கொண்டிருக்க, நான் அந்தத் தண்ணீர் சமாசாரத்தை யோசித்தேன். தினசரி விதிகளுக்கு ஒத்துவரவில்லை அது. தண்ணீர் தானாக நிறம் மாறுமா, என்ன? யாராவது கெமிஸ்ட்ரி ஆசாமியைக் கேட்டால் தெரியும். நம்பிக்கை... அந்த பெல்ஜியம் பெண்ணுக்கு நம்பிக்கை இருக்கிறது. எனக்கு? நான் ஒரு சந்தேகப் பிராணி. கோர்ட்டில் உண்மையைத் தேடித் தேடித் துரத்தி அலுத்தவன். ஒரு பீர் சாப்பிட்டால் உண்மை புலப்படும் என்று தோன்றியது. அல்லது...

நான் தேடுவது உண்மையை அல்ல; அதுதான் உண்மை. நான் தேடவேண்டியது காரணத்தை. இந்தக் கேஸின் ஏன்? என்ன? இதன் ஏன் அந்த மாயாவிடம்தான் கிடைக்கும். அவள் விலாசம் அஃபிடவிட்டில் இருக்கிறது. அவளைப் போய்ப் பார்த்தால் என்ன? சென்னை 31-ஐ நோக்கி என் காரைச் செலுத்தினேன்.

'வீ வாண்ட் ஜஸ்டிஸ்' என்று பெரிசாக எழுதியிருந்த சுவரின் ஓரத்தில் கிராமணித் தெரு என்று சின்னதாக அடக்கமாக எழுதியிருந்தது. சின்னத் தெரு. அங்கங்கே சில வீடுகள் சமீபத்தில் புதுப்பிக்கப்பட்டு அவற்றின் சொந்தக்காரர்களின் திடீர்ப் பணத்தைப் பறை சாற்றின.

அந்த வீட்டின் வாயிலில் 'ராவ்பகதூர்' சேஷாத்திரி என்று மர போர்டில் பலகை தொங்கியது. 1933-ல் எழுதப்பட்டிருக்க வேண்டும். போர்டு ஷீண தசையில் இருந்தது. வீடு சமீபத்தில் வெள்ளை அடிக்கப்பட்டதாகத் தெரியவில்லை. 1970-ல் எழுதப்

பட்ட மலேரியா எராடிகேஷன்காரர்களின் அடையாள எண்கள் சுவரில் இன்னும் இருந்தன. கூப்பிட மணி இல்லை. கதவைத் தட்டினேன். உடம்பில் மார்புவரை ஒன்றுமில்லாமல், கொசகொசவென்று டிஸைன் போட்ட வேஷ்டி அணிந்து, வாயில் சிகரெட் தொங்கும் இளைஞன் ஒருவன், 'எஸ்' என்றான்.

'ஐம் லுக்கிங் ஃபார் மிஸ் மாயா ராஜேஸ்வரன்.' அவன் நெற்றி சுருங்கியது.

'வாட் ஃபார்?'

'அவளுடன் பேசவேண்டும்.'

'நீ யார்?'

'ஒரு லாயர்.'

'அவள் இங்கே இல்லை.'

உள்ளே பாக்கீஸாவின் 'சல்தே சல்தே' என்ற கானம் கேட்டது.

உடன் ஒரு பெண் பாடுவதும் கேட்டது.

'நீங்கள் யார்?' என்றேன்.

அவன், 'எனி மெஸேஜ்?' என்றான்.

நான், 'ஆம், அவள் வந்ததும் சொல்லுங்கள். கிருஷ்ணா மிஷனிலிருந்து லாயர் ஒருவர் வந்திருந்தார். ஒரு வழக்கைப் பற்றிப் பேசுவதற்காக வந்திருந்தார். மிஷனைச் சேர்ந்தவர். இந்தக் கேஸை கோர்ட்டுக்கு வெளியே தீர்மானிக்க விரும்புகிறார்கள் என்று சொல்லுங்கள்' என்றேன்.

அவன் என்னை மேலும் கீழும் பார்த்தான். 'கொஞ்சம் இருங்கள். அவள் வந்துவிட்டாளா பார்க்கிறேன். நான் அவள் சகோதரன்... மா...யா...!' நான் சிரித்துக்கொண்டேன், பாட்டு நின்றது.

'எஸ்!'

'ஓ எஸ், அவள் வந்துவிட்டாள். உள்ளே வாருங்கள்.'

உள்ளே ஹால் போல் இருந்த இடத்தில் நிறையப் புத்தகங்கள் இறைந்திருந்தன. ஆஷ் ட்ரே வழிய சிகரெட் இருந்தது. ரேடியோ

ஒன்று, கறை படிந்த காப்பி கோப்பைகள் இரண்டும் இருந்தன. ஒரு டிபன் பாக்ஸ் ஓரத்தில் இருந்தது.

'ஒன் மினிட், உட்காருங்கள். நான் ஒரு ஷர்ட் அணிந்துகொண்டு வருகிறேன்.'

அந்தப் புத்தகங்களில் ஒன்றை எடுத்துப் புரட்டினேன். கன்னிமரா லைப்ரரியிலிருந்து எடுக்கப்பட்ட புத்தகம்.'

'ஹலோ' என்று சிநேகிதமான குரல் கேட்டு நிமிர்ந்தேன்.

மாயா!

மாயா

3

நான் கல்யாணத்துக்குப் பெண் பார்க்கப் போகிறவன் என்று வைத்துக்கொள்ளுங்கள். என் முன் எப்படி வந்து உட்காருவாள்? அப்படி வந்து உட்கார்ந்தாள் மாயா. தரை நோக்கி வந்தாள். ஒரு தடவை நிமிர்ந்து கரம் குவித்து, போர்த்திக்கொண்டு உட்கார்ந்தாள். தன் கை நகங்களைப் பார்த்துக்கொண்டாள். எளிய புடைவை அணிந்திருந்தாள். கழுத்தில் காதில் நகைகள் இல்லை. திருவள்ளுவரின் 'மனை மாட்சி' என்கிற அதிகாரத்திலிருந்து நேரே நடந்துவந்தவள்போல் இருந்தாள்.

'அவள் மிகவும் மன அமைதி குன்றி இருக் கிறாள்' என்றான் அண்ணன். மற்றொரு சிகரெட் பற்றவைத்துக்கொண்டான்.

நான் அவள் முகத்தைச் சற்றுநேரம் நோக்கினேன். குழந்தை முகம். சின்ன உதடுகள், மேக்கப் என்பதே இல்லை. 'த' என்றால் அழுதுவிடுவாள் போல் தோன்றியது. அந்த அஃபிடவிட்டில் எழுதி இருந்த தைரியமான வார்த்தைகளுக்கும் அவள் உருவத்துக்கும் முரண்பாடாக இருந்தது.

ஆனால் அந்த அடக்கத்தையும் மீறி மாயாவின் உடலமைப்பில் ஒருவிதக் காந்தம் இருந்ததை என்னால் உணர முடிந்தது.

அது அந்தக் குழந்தை முகத்துக்குப் பொருந்தாத மார்பின் அளவிலா? அல்லது...

உடை களைந்தால் கோயில் சிலை போல, தேவி போல இருப்பாள் என்று தோன்றியது. பூஜை செய்யலாம்.

நான் கனைத்துக்கொண்டேன்.

'என் பெயர் கணேஷ், மிஸ் மாயா! இந்த வழக்கு கோர்ட்டுக்கு வந்தால் அதனால் ஏற்படப்போகும் பப்ளிஸிடியைப் பற்றி உங்களுக்குத் தெரியும் என நினைக்கிறேன்.'

'தெரியும்' என்றான் அண்ணன்.

'உங்களுக்கு வேண்டியது என்ன?'

'நியாயம்!' என்றான். மாயா பேசவில்லை.

'நஷ்ட ஈடு கேட்டிருக்கிறீர்கள்?'

'கோர்ட்டில் ஒரு பைசா தீர்ப்பானால்கூட நாங்கள் ஏற்றுக் கொள்ளத் தயாராக இருக்கிறோம்.'

'கோர்ட்டுக்கு வெளியே அதிகமாகப் பைசா கிடைக்கும் என்றால்?'

'அதைத் தொட மாட்டோம்! அந்த ஆள் ஒரு ஃப்ராட் சாமியார். அவன் பாஸ்டர்ட். அன்று காலை என் தங்கை திரும்பி வந்தபோது, நீங்கள் அவளைப் பார்த்திருக்க வேண்டும்! டெரிபிள்!'

'இருந்தும் இந்தக் கேஸை நாம் கோர்ட்டில் வாதாடவேண்டிய அவசியமில்லை என்று தோன்றுகிறது. அதனால் இரண்டு கட்சி

களுக்குமே லாபம் இருக்கும் என்று எனக்குத் தோன்றுகிறது. நீங்கள் எவ்வளவு நஷ்ட ஈடு எதிர்பார்க்கிறீர்கள்!'

'நான் எதையும் எதிர்பார்க்கவில்லை. சமூகத்தில் இந்த மாதிரி ஏமாற்றிக்கொண்டு திரியும் ஆசாமியை, பக்தி என்ற பெயரில் கன்னிகைப் பெண்களுக்குக் களங்கம் விளைவிக்கும் ஆசாமியை எக்ஸ்போஸ் பண்ணவேண்டும். அதுதான் என் குறிக்கோள். நீங்கள் வியாபாரம் பேச வந்திருக்கிறீர்கள். மன்னிக்கவும். எங்களை வாங்க முடியாது. என்ன மாயா?'

'ஆம்' என்றாள்.

'தப்பாக எடுத்துக்கொள்கிறீர்கள். நான் விலை பேச வரவில்லை. உங்கள் குறிக்கோள் என்ன என்று தெரிந்துகொள்ள வந்தேன். உங்களுக்கும் பிற்பாடு நன்மை ஏற்படும் என்று ரீதியில்தான் கோர்ட்டுக்கு வெளியே பேசித் தீர்த்துவிடலாம் என்று சொன்னேன். கோர்ட் என்பது பொது இடம். பொது இடத்தில் மாயா போன்ற அழகான பெண்ணை சில எக்கச்சக்கமான கேள்விகளுக்கு உள்ளாக்கவேண்டும் என்பதை நீங்கள் யோசித்துப் பார்க்க வேண்டும்.'

'என்ன கேள்விகள்?' என்றாள் மாயா.

'இரு! அவர் பயமுறுத்துகிறார். மிஸ்டர்! நீங்கள் என்ன கேள்விகள் வேண்டுமானாலும் கேட்கலாம். எங்களுக்குப் பயமில்லை. எங்கள் பக்கம் உண்மை இருக்கிறது. உண்மையை கோர்ட்டில் சொல்லத் தயங்கவே வேண்டியதில்லை. அந்தப் போலிச் சாமியார் உமக்கு நிறையப் பணம் கொடுத்திருப்பார். நன்றாக, கொடுத்த காசுக்கு வாதாடுங்கள். நீங்கள் போகலாம்' என்றான்.

'ரமேஷ்' என்று ஆரம்பித்தாள் மாயா.

'ஷட் அப் மாயா!' என்றான்.

'உண்மை உங்கள் பக்கமே இருக்கட்டும். நீங்களே இந்தக் கேஸில் வெல்கிறீர்கள் என்று வைத்துக்கொள்ளலாம். வெற்றி என்பது என்ன? அதன் அர்த்தம் என்ன? உங்கள் தங்கை களங்கப் படுத்தப்பட்டுவிட்டாள் என்பது நிரூபிக்கப்படும். உங்களுக்கு நஷ்ட ஈடு கிடைக்கும். அதே சமயம் அந்த இளம்பெண்ணின்

எதிர்காலம் பாழாகிவிடுகிறது, அல்லவா! பேப்பரில் போட்டோ வரும். நான் கேட்கப்போகும் அப்பட்டமான கேள்விகள் பதில்கள் எல்லாம் பிரசுரமாகி... ஒரு திருமணமாகாத பெண்ணுக்கு இத்தனை விளம்பரம், இந்த மாதிரி விளம்பரம் தேவையா? யோசித்துப் பாருங்கள்.'

'மிஸ்டர் கணேஷ், உங்கள் பேச்சில் பயந்து அந்த மகா ஃப்ராட் ஆசாமியைத் தப்பிக்க விட்டுவிடுவோம் என்று எதிர்பார்க்காதீர்கள். இந்தக் கேஸை சுப்ரீம் கோர்ட்வரை நடத்த நாங்கள் தயாராக இருக்கிறோம். புரிகிறதா?'

நான் என் பையிலிருந்து சிறிய காகிதத்தை எடுத்து அதில் என் டெலிபோன் நம்பரை எழுதி மேஜைமேல் வைத்தேன்.

'நீங்கள் ஒரு வேளை மனம் மாறினால், என் டெலிபோன் நம்பர் இதில் இருக்கிறது. என்னிடம் நீங்கள் பேசலாம். வருகிறேன்.'

'கோர்ட்டில் சந்திக்கலாம்' என்று சொல்லிவிட்டு என் முகத்தில் அறைந்தது போல் கதவைச் சாத்தினான்.

வெளியே வந்த நான் காரை சந்தின் முகப்பில் நிறுத்தினேன். அங்கிருந்த ஓட்டல் ஒன்றில் நுழைந்து காப்பி ஆர்டர் செய்தேன். யோசித்தேன். பணம் அவர்கள் குறிக்கோளாக இருக்காது. அந்தப் பெண் ஏன் பேசவில்லை? அண்ணன்காரனே முழுவதும் பதில் சொல்கிறான்.

காப்பியைப் பாதி சாப்பிட்டுக்கொண்டிருக்கும்போது கடைக்கு வெளியே அந்த மாயாவின் அண்ணனை மறுபடியும் பார்த்தேன். அவசர அவசரமாக ஒரு ஆட்டோ பிடித்து அதில் ஏறிக்கொண்டு சென்றான்.

நான் உடனே செயல்பட்டேன். மேஜைமேல் பைசாவை வைத்துவிட்டு வெளியே வந்து காரில் ஏறிக்கொண்டேன்.

அந்த ஆட்டோ ரிக்ஷா ஒரு பர்லாங் தூரத்தில் போய்க் கொண்டிருந்தது. உடனே காரைக் கிளப்பி அதைப் பின் தொடர்ந்தேன்.

ஆட்டோ ரிக்ஷாவின் பின் பக்கம் சற்று நசுங்கி இருந்தது. 'அவசர போலீஸ் உதவிக்கு' என்று எழுதி இருந்தது பாதி அழிந்திருந்தது.

அந்த அடையாளம், பின்னால் அதைச் சுலபமாகத் தொடர்வதில் உதவியது. இல்லாவிட்டால் அந்த ஆட்டோ போன சிக்கலான பிரயாணத்தில் எப்போதோ அதை இழந்திருப்பேன்.

மவுண்ட் ரோடு, தேனாம்பேட்டைப் பகுதியில் செனடாஃப் ரோடின் அருகே சென்று ஒரு அமைதியான வீட்டின் எதிரில் நின்றது. அங்கே அவன் இறங்கிக்கொண்டு அவசரமாகப் பைசா கொடுத்துவிட்டுப் பதட்டத்துடன் வீட்டின் உள்ளே சென்றான்.

நான் அந்த வீட்டின்முன் மெதுவாகக் காரைச் செலுத்தினேன். 'ஆர். வாசுதேவன், ஆர்.வி. இன்டர்நேஷனல்' என்ற போர்டு ஒரு ஆணியில் சாய்ந்து தொங்கியது. கணபதி நகர் என்பது தெருவின் பெயர் என்று தெரிந்துகொண்டேன்.

நான் என் தம்புச் செட்டித் தெரு ஆபீசை அடைந்தபோது -

மாலை ஏழு மணி ஆகிவிட்டது. என் ஜூனியர் வஸந்த் எனக்காகக் காத்திருந்தான்.

'நீ இன்னும் போகவில்லையா? உன் டென்னிஸ் இன்று கோவிந்தாவா?' என்றேன்.

'நீங்கள் கிருஷ்ணா மிஷனிலிருந்து திரும்பி வருகிறீர்கள். ஏதாவது முக்கிய வேலை இருக்கும் என்று எதிர்பார்த்துக் காத்திருந்தேன்.'

'குட்! தாங்க்ஸ் வஸந்த். உன் உதவி நிச்சயமாகத் தேவையாக இருக்கிறது எனக்கு. ஒரு பேப்பரை எடுத்துக்கொள். எழுதிக் கொள். நீ செய்யவேண்டிய காரியங்கள் இவை. ஒன்று! ஸர் ஜான் உட்ரஃப் என்பவர் எழுதிய 'தந்த்ரா' என்கிற புஸ்தகம் ஒன்று வேண்டும். எங்கே கிடைக்கும்?'

'கன்னிமராவில் இருக்கும்.'

'கன்னிமராவில் இருக்கும் புஸ்தகம் ஏற்கெனவே எடுக்கப்பட்டு இருக்கிறது. ஹிக்கின்பாதம்ஸில் பார். புக் சென்டரில் பார். என்ன விலை இருந்தாலும் அதை வாங்கிக்கொள், ஓகே!'

'ஓகே.'

'இரண்டு, ஆர்.வாசுதேவன், ஆர்.வி. இன்ட்டர்நேஷனல், நம்பர் மூன்று, கணபதி நகர், செனடாஃப் ரோடுக்குப் போ. பக்கத்தில்

அந்த ஆசாமியைப் பற்றிக் கடைசி ஸ்க்ரூ ஆணி வரை விவரம் சேகரிக்கவேண்டும்.'

'ஓ கே.' எழுதிக் கொண்டான்.

'மூன்று, சுவாமி கிருஷ்ணானந்த சன்மார்க்க பதாவைப் பற்றி எல்லா விவரங்களும் வேண்டும். பிறந்தது, படித்தது, பிரபல மானது எல்லாம்...'

'நான்கு இந்தக் கேஸைப் பற்றி சென்னை பேப்பர்களில் வந்த அனைத்துச் செய்திகளும் வேண்டும்.'

'ஐந்து, ஒரு பாட்டில் பீர் வேண்டும்' என்று முடித்தேன்.

'டன்' என்றான் வஸந்த் சிரித்துக்கொண்டே! 'எப்போது வேண்டும்?'

'பீரா? இப்போதே!'

'பீர் ஃப்ரிஜ்ஜில் இருக்கிறது. நீங்கள் கேட்ட விவரங்கள்?'

'நாளை மாலைக்குள்.'

'டன்' என்றான்.

அவன் கிளாஸ்களை அமைக்க, 'இந்த அஃபிடவிட்டை நீயும் படித்துப் பார். உனக்கு என்ன தோன்றுகிறது என்று சொல்' என்றேன்.

வஸந்த் சுறுசுறுப்பான இளைஞன். எனக்கு பிரீஃப் தயாரிப்பதிலிருந்து என் காருக்கு வரி கட்டுவது, லைசென்ஸைப் புதுப் பிப்பது, பிரயாணத்துக்கு டிக்கெட் வாங்குவது போன்ற எத் தனையோ சில்லறைக் கவலைகளை நீக்கி, எல்லாம் செய்கிற வன். சிலவேளை பிரகாசமாக எனக்குத் தோன்றாத கோணங் களைச் சொல்வான். என்மேல் ஒருவித பக்தி அவனுக்கு. நான் குடிக்கும் சிகரெட்டுகள் அதிகமானால் எச்சரிப்பான். கட்சிக் காரர்களிடம் என் வினோத சுபாவங்களுக்குச் சரிகட்டி சால் ஜாப்பு சொல்வான். கேஸ் தேதிகளைக் குறித்து வைத்துக்கொள் வான். வஸந்த் எனக்குக் கிடைத்த ரத்தினம்.

கேஸைப் படித்துவிட்டு மெலிதாக விசில் அடித்தான்.

'சொல்' என்றேன்.

'நிச்சயமாக இந்தப் பெண்ணின் குற்றச்சாட்டு கற்பனை இல்லை. இந்த மாதிரி விஷயங்களைக் கற்பனை செய்ய முடியாது. ஹேவஜ்ர சக்தி... பூஜை!' ஒரு தடவை தலையை ஆட்டிக் கொண்டு, 'பாஸ், எங்கே இருக்கிறது அந்த கிருஷ்ணா மிஷன்' என்றான்.

'ஏன் சேர வேண்டுமா? வஸந்த், அந்த ஆசாமி தண்ணீரை நிறம் மாற்றிக் காட்டினார்... தெரியுமா?'

'தண்ணீரை?'

'என் கண் முன்னே நடந்தது. தண்ணீர் நிறம் மாறுகிறது. மறுபடி தண்ணீர் ஆகிறது. யூ ஆர் நாட் இம்ப்ரெஸ்ட்?'

அவன் தலையை ஆட்டினான். 'அந்தப் பெண்ணைப் பார்த்தேன்...' என்றேன்.

'பாஸ், நீங்கள் என்னைக் கூப்பிட்டிருக்கவேண்டும். இந்தச் சின்ன வேலை எல்லாம் நான் கவனித்துக்கொள்ளக் கூடாதா?'

'உன்னை அனுப்பி இருந்தால் மற்றொரு நஷ்ட ஈடு வழக்கு ஏற்பட்டிருக்கும். அவள் அண்ணன்... ம்ஹூம். அசைய மாட்டேன் என்கிறான். நான் பேசி முடித்து வெளியே வந்ததும், அவசர அவசரமாக ஆட்டோவில் புறப்பட்டு இந்த செனடாஃப் புள்ளியைப் பார்க்க ஓடினான்!'

'தந்த்ர சாஸ்திரம் இதில் எங்கு வருகிறது?'

'ஹேவஜ்ர சக்தி பூஜை, தந்த்ர சாஸ்திர பூஜைகளில் ஒன்று என்று சுவாமி சொன்னார். வஸந்த், மற்றொரு விஷயம். நான் அந்தப் பெண்ணின் வீட்டில் காத்திருந்தபோது அங்கே கன்னிமரா லைப்ரரியிலிருந்து எடுத்து வரப்பட்ட புத்தகம் ஒன்றைப் பார்த்தேன். என்ன புத்தகம், தெரியுமா?'

'ஸர் ஜான் உட்ராஃபின் தந்த்ரா என்கிற புஸ்தகம். ஐ ஸீ தி கனெக்ஷன் பாஸ்' என்றான். புத்திசாலி.'

'இப்போது என்ன சொல்கிறாய்?'

'நீங்கள் கேட்ட விவரங்களைச் சேகரித்தபின்தான் கொஞ்சம் தெளிவாகும் என்று தெரிகிறது, சியர்ஸ்!'

மாயா

4

இரண்டு நாட்களுக்குப்பின் என் ஆபீஸில் கத்தை கத்தையாகக் காகிதங்கள், பீர் பாட்டில்கள், நடுவே நானும் வஸந்தும் உட்கார்ந்திருந்தோம்.

ஸர் ஜான் உட்ரஃபின் தந்த்ரா என்கிற புத்தகத்தில் சில பகுதிகளை அவன் தேர்ந்தெடுத்து, காகிதம் வைத்து, பல வரிகளை அடிக்கோடிட்டு வைத்திருந்தான். செய்தித்தாள்களில் வந்திருந்த விஷயங்களின் சாராம்சத்தை அழகாகச் சுருக்கி, தேதிப்படி டைப் அடித்து வைத்திருந்தான். மேலாகப் படித்தேன். பத்திரிகைகளையும் பார்த்தேன். தமிழ்ப் பத்திரிகைகள் புகுந்து விளையாடி இருந்தார்கள். 'இதுதான் அந்தச்

சாமியார்' என்று சுவாமி கிருஷ்ணானந்தாவின் படத்தைப் பெரிதாக அச்சிட்டிருந்தார்கள். மாயா இளம்பெண், கன்னிப்பெண், அழகி என்று வெவ்வேறு விதமாக வருணிக்கப்பட்டிருந்தாள்.

'சென்சேஷன் கொஞ்சம் அதிகம் இருக்கும்போல் இருக்கிறது... இந்த ஆர். வாசுதேவன் என்பவர் பற்றி என்ன தெரிந்து வைத் திருக்கிறாய்?'

'ஓ எஸ்! ஆர். வாசுதேவன்.' ஒரு காகிதத்தை என்னிடம் கொடுத் தான். ஆர். வாசுதேவன், வயது முப்பத்து எட்டு. மேனேஜிங் டைரக்டர். என்ன பிஸினஸ் என்று தெரியவில்லை. அவர் மேல் கஸ்டம்ஸ் விதிகளை மீறினதற்காக ஒரு கேஸ் இருக்கிறது. இன்வாய்ஸில் தப்பு பண்ணி மாட்டிக் கொண்டதாகத் தெரிகிறது. அபராதம் ஒரு லட்சத்தை எட்டும் என்பது தெரிகிறது. அப்பா ஒரு மிகப் பிரபலத் தொழிலதிபர். பெயர் ராஜாராம். வாசுதேவன் ஒரு எக்ஸ்ட்ரா நடிகையைச் சமீபத்தில் கல்யாணம் செய்துகொண்ட தால் குடும்பத்திலிருந்து இவரை விலக்கி விட்டதாகத் தெரி கிறது. ரேஸ் பழக்கம் உண்டு. சினிமா ஒன்று எடுத்து பாதியில் விட்டிருக்கிறார்.

'வெரிகுட்! நிறையச் சேகரித்திருக்கிறாய். மனுஷனுக்கு அளவில் லாத பணக் கஷ்டம் என்று தெரிகிறது. ஆனால் இவருக்கும் கிருஷ்ணா மிஷனுக்கும் ஏதாவது சம்பந்தம் இருக்கிறதா?'

'சம்பந்தம் எதுவும் இருப்பதாகத் தெரியவில்லை. மற்றொரு விஷயம் தெரிந்துகொண்டேன். அந்தப் பையன் மாயாவின் அண்ணன். அவன் பெயர் ரமேஷ்தானே?'

'ஆம்.'

'அவன் வாசுதேவனிடம் வேலை செய்கிறான்; செகரட்டரி மாதிரி!'

'ம்ஹூம். எப்படி இதெல்லாம் தெரிந்துகொண்டாய்?'

'ஸிம்பிள். அந்த வீட்டருகே சென்று ஒரு வெற்றிலை பாக்குக் கடையில் விசாரித்தேன். அந்த ஆளுக்கே வாசுதேவன் நூற்று இருபது ரூபாய் பாக்கி! முட்டையாகவே வாங்கித் தின்றிருக் கிறான். வீட்டு வேலைக்காரன்மூலம் கடைக்காரனுக்கு எல்லா விஷயமும் தெரிந்திருக்கிறது. என் மலையாளம் கொஞ்சம்

உபயோகப்பட்டது.'

'வஸந்த்! யு ஆர் கிரேட்.'

டெலிபோன் ஒலித்தது. வஸந்த் அதை எடுத்தான். கேட்டான். 'இருக்கிறார், நீங்கள் யார் பேசுவது?'

'...'

'ஜஸ்ட் எ மினிட்...' டெலிபோனைப் பொத்திக்கொண்டு, 'மாயா' என்றான்.

'ஹலோ! கணேஷ் ஹியர்.'

'மிஸ்டர் கணேஷ்! நான் மாயா பேசுகிறேன். உங்களை நான் உடனே சந்திக்கவேண்டும்.'

'எதற்கு?'

'முந்தாநாள் நீங்கள் சொன்னதை மறுபடி யோசித்துப் பார்த்தேன். நீங்கள் குறிப்பிட்டதுபோல் கோர்ட்டுக்குப் போகாமலேயே விஷயத்தைத் தீர்த்துவிடலாம் என்று நினைக்கிறேன்.'

'உங்கள் அண்ணன் என்ன நினைக்கிறார்?'

'அவனிடம் பேசினேன். அவனும் சம்மதித்துவிட்டான். நீங்கள் இடத்தைச் சொல்லுங்கள். அங்கு வருகிறோம்.'

'என் ஆபீசுக்கு வாருங்களேன். தம்புச் செட்டித் தெருவில் இருக்கிறது. நம்பர் எழுபத்து எட்டு.'

'ஒரு நிமிஷம்.'

வஸந்த் என்னையே பார்த்துக்கொண்டிருந்தான். 'இன்னும் அரை மணியில் வருகிறோம்' என்றாள்.

நான் டெலிபோனை வைத்துவிட்டு யோசித்தேன்.

வஸந்த் பேசக் காத்திருந்தான்.

'அவர்கள் இங்கே வருகிறார்கள்...'

'எதற்கு?''

‘கோர்ட்டுக்குப் போகவேண்டாம். வெளியிலேயே பேசித் தீர்த்துக்கொள்ளலாம் என்கிறாள்!’

‘அது சாத்தியமில்லை. இது ஒரு கிரிமினல் வழக்கு. அவர்கள் புகாரை வாபஸ் வாங்க முடியாது. இந்த ஸ்டேஜில் அது கண்டெம்ப்ட் ஆஃப் கோர்ட் ஆகிவிடும்.’

‘தெரியும் வஸந்த். இது வசீகரமான கேஸ். முந்தாநாள்தான் ‘சுப்ரீம் கோர்ட்வரை நான் வாதாடப் போகிறேன். எங்களுக்கு பிரின்ஸிபிள்தான் பெரிசு’ என்றான். இன்று மாறிவிட்டான். இந்த இரண்டு தினங்களில் ஏதோ நிகழ்ந்திருக்கவேண்டும். அவர்கள் எதிர்பார்த்தது... வரட்டும், என்ன சொல்கிறார்கள் பார்க்கலாம்...’

டெலிபோன் மறுபடி ஒலித்தது.

‘மிஸ்டர் கணேஷ், வணக்கம். நான் கிருஷ்ணா மிஷனிலிருந்து பேசுகிறேன். ஸ்ரீமதி என் பெயர். ஞாபகம் இருக்கிறதா?’

அம்மாள்!

‘ஓ! நன்றாக நினைவிருக்கிறது.’

‘மிஸ்டர் கணேஷ். இந்தக் கேஸின் தீவிரம் கிருஷ்ணா மிஷனைத் தாக்க ஆரம்பித்து விட்டது. மிஷனின் வருமானத்தை அது மிகவும் பாதிக்கும் என்று தோன்றுகிறது. மிஸ்டர் கணேஷ்! எப்படியாவது அந்தக் கேஸ் போட்ட பெண்ணிடம் பேசி இந்தக் கேஸை கோர்ட்டுக்கு வராமல் செய்துவிட முயற்சியுங்கள். அதற்காக என்ன செலவானாலும் பரவாயில்லை. வழக்கின் பப்ளிஸிடியை மிஷன் தாங்காது.’

‘சுவாமி என்ன சொல்கிறார்?’

‘சுவாமி இதைப் பற்றிக் கவலைப்படவே இல்லை. எங்களுக்குத் தான் மிகவும் கவலை ஏற்பட்டிருக்கிறது. எங்களுக்கு வரவேண்டிய மிகப் பெரிய கிராண்ட் தொகை ஒன்று நின்றுபோய் விட்டது... நீங்கள் அந்தப் பெண்ணிடம் பேச வேண்டும்!’

‘நான் பேசிவிட்டேன்!’

‘என்ன சொன்னாள்? என்ன சொன்னாள்?’

‘அவளுக்குச் சம்மதம் என்று தெரிகிறது. அவளுக்கும் இதைக் கோர்ட்டுக்கு கொண்டுசெல்ல விருப்பமில்லை என்று சொன்னாள். செட்டில்மெண்டுக்குத் தயார் என்று தெரிகிறது!’

‘செட்டில் பண்ணிவிடுங்கள்!’

‘அது முடியாது.’

‘ஏன்?’

‘இது ஒரு கிரிமினல் வழக்கு.’

‘எப்படியாவது தீர்த்துக்கொடுங்களேன். யாருக்காவது பணம் கொடுத்து.’

‘நான் உங்களுக்கு மறுபடி டெலிபோன் செய்கிறேன்.’

டெலிபோனை வைத்தேன்.

‘கிருஷ்ணா மிஷன் பணம் கொடுக்கத் தயாராக இருக்கிறார்கள்! மாயா வாங்கிக்கொள்ளத் தயாராக இருக்கிறாள். நானும் நீயும் மடையர்களைப் போல ஸர் ஜான் உட்ரஃபின் தந்த்ரா படித்துக் கொண்டு வெற்றிலை பாக்குக் கடைக்காரனிடம் மலையாளத்தில் பேசிக்கொண்டிருக்கிறோம்.’

‘பாஸ்! எனக்குப் புரியவே இல்லை’ என்றான் வஸந்த்.

‘எல்லாம் அந்த ஹேவஜ்ரனுக்குத்தான் தெரியும்.’

‘திடீரென்று இரண்டு பேரும் ஒரே பக்கம் போய்விட்டார்களே!’ என்ற வஸந்த் ‘ஷ்ய்’ என்று விசிலடித்தான்.

‘இதுதான் மாயாவா! நோ வொண்டர், என்னை நீங்கள் அழைத்துச் செல்லவில்லை.’

நான் தந்த்ரா புத்தகத்தை மறைத்து வைத்தேன். மாயாவும் அவள் அண்ணனும் உள்ளே வந்தார்கள். மாயாவை என்னால் முதலில் அடையாளம் கண்டுபிடிக்க முடியவில்லை. மார்பை இறுகப் பிடித்த சட்டையும் ஜீன்ஸும் அணிந்திருந்தாள். மேக்கப் அணிந்திருந்தாள். அவள் சட்டை மார்பைச் சரியாக மூடாதது வஸந்தின் ரத்த அழுத்தத்தை மிகவும் சோதிக்கப் போகிறது.

நான் காகிதங்களை எல்லாம் சீர்படுத்தினேன். அண்ணன், 'ஹலோ மிஸ்டர் கணேஷ், வீ மீட் எகய்ன்' என்று மிக சிநேகித மாக என் கையைக் குலுக்கினான். வஸந்த் மாயாவை உபசாரம் செய்து உட்கார வைத்தான். 'சொல்லுங்கள்' என்றேன்.

'நீங்கள் எந்த காலேஜில் படிக்கிறீர்கள்?' என்றான் வஸந்த்.

'ஒன் மினிட் வஸந்த்!' என்று அதட்டினேன்.

'நாங்கள் மனம் மாறிவிட்டோம்' என்றான் அண்ணன்!

'முந்தாநாள், இப்படி இந்த ஜன்மத்தில் மாறுவீர்கள் என்று தோன்றவில்லை.'

'முந்தாநாள் நான் கோபத்தில் இருந்தேன். அப்புறம் யோசித்துப் பார்த்தேன். நீங்கள் சொல்வதுபோல் இவள் எதிர்காலம் வீணாகி விடும். நாங்கள் ஸ்டேட்மெண்டை வாபஸ் வாங்கிக் கொள் கிறோம் கோர்ட்டில். மன்னிப்பு, அபாலஜி கேட்டுக்கொண்டு விட்டால் அவர்களும் சம்மதித்துவிடுவார்கள் என்று நினைக் கிறேன்.'

'எவ்வளவு?' என்றேன்.

'பார்டன்?'

'உங்கள் விலை என்ன? எவ்வளவு பணம் வேண்டும்?'

'ஒன்னரை லட்சம்' என்றான்.

'ரூபாயா?'

'இல்லை, பைசாவா! கிருஷ்ணா மிஷன் பணக்கார மிஷன், கொடுப்பார்கள்' என்றான்.

வஸந்த் மாயாவை விட்டு என்னையே பார்த்துக் கொண்டிருந் தான்.

நான் மெதுவாக சிகரெட் பற்றவைத்து, அவனுக்கு ஒன்று கொடுத்து, அதனையும் பற்றவைத்தேன்.'

'ம்ஹூம்' என்றேன்.

'பார்டன்?'

‘பணம் தர முடியாது’ என்றேன்.

‘ஒன்னரை லட்சமா? பின் எவ்வளவுதான் கொடுப்பீர்கள்?’ என்றான்.

‘ஒரு பைசா கிடையாது! போக வர பஸ் சார்ஜ்கூடக் கிடையாது!’

‘வாட்! அன்றைக்கு நீங்கள் சொன்னீர்கள்.’

‘அது அன்றைக்கு, அன்றைய தினம் வேறு. அன்றைய தினம் உங்கள் குறிக்கோள் என்ன என்று தெரிந்துகொள்வதற்கு அப்படிக் கேட்டேன், நண்பர் ரமேஷ்! அந்தக் கேஸை நீங்கள் விரும்பினால்கூட வாபஸ் வாங்கிக்கொள்ள முடியாது. இது ஒரு கிரிமினல் கேஸ்.’

‘கணேஷ், என்னை முட்டாள் ஆக்குகிறீர்களா? எதற்கு என்னைக் கூப்பிட்டீர்கள்?’

‘நான் கூப்பிடவில்லை. நீங்கள்தான் வருகிறேன் என்று சொன் னீர்கள்!’

‘கொடுக்கவேண்டியதைக் கொடுத்துவிடுங்கள். சாட்சி சொல்லும்போது மாற்றிச் சொல்லி விடுகிறோம். வி வில் டர்ன் ஹாஸ்டைல்!’

‘தேவையில்லை’ என்றேன்.

‘கணேஷ்! யூ ஆர் மேக்கிங் எ மிஸ்டேக்! எங்கள் கேஸ் வீக்கானது என்ற காரணத்தால் நான் இந்த காம்ப்ரமைஸுக்கு வரவில்லை. அந்த சுவாமி பாஸ்டார்ட் செய்ததற்கு ஆதாரபூர்வமாக நிரூபணம் இருக்கிறது. இந்தக் கேஸ் நடந்தால் அவனுக்கு நிச்சயம் சிறைத் தண்டனை கிடைக்கும். தீர்ப்பு ஆன உடனே ஒரு சிவில் வழக்கும் போட்டு நஷ்ட ஈடு கேட்கப் போகிறோம். அதை நீங்கள் உணர்ந்துதான் ஒப்பந்தத்துக்குக் கூப்பிட்டிருக்கிறீர்கள். எனக்கு நன்றாகத் தெரியும். இப்போது நானாக உன்னை அணுகியது உன்னை இப்படிப் பேசவைக்கிறது. இந்தக் கேஸ் உங்களுக்கு ஜெயிக்கும் என்று கனவிலும் நினைக்காதே! அப்படிப்பட்ட சாட்சியங்கள் வைத்திருக்கிறோம். அந்த சுவாமி செய்த அக்கிரமங்கள் அனைத்தையும் அம்பலப்படுத்துவோம்! அப்புறம் வருத்தப்படாதீர்கள்!’

‘செய்யுங்கள், யூ ஆர் வெல்கம்!’

‘வலுவில் வரும் வாய்ப்பை இழக்கும் உன் போன்ற முட்டாளைப் பார்த்ததில்லை. மாயா, வா! நாம் இங்கு வந்தது தப்பு! ப்ளடி ஃபூல்ஸ், விளையாடுகிறார்கள்!’ நான் கொடுத்த சிகரெட்டை அழுத்திக் கொன்று ஆஷ் டிரேயில் திணித்துவிட்டுச் சென்றான். மாயா அவனுடன் பொம்மைபோல நடந்து சென்றாள்.

நான் நிதானமாக சிகரெட் பிடித்தேன். வஸந்த் மலைத்துப்போய் என்னையே பார்த்துக்கொண்டிருந்தான்.

‘என்ன பாஸ் இது?’ என்றான்.

‘என்ன?’

‘கதையையே மாற்றிவிட்டீர்கள்!’

‘மிஸ்டர் வஸந்த், ஒரு சாதாரண வக்கீலுக்கும் என்னைப் போன்ற ஒரு ஜீனியஸுக்கும் கொஞ்சம் வித்தியாசம் இருக்கிறது.’‘

‘நீங்கள் அதிகம் பீர் சாப்பிட்டிருக்கிறீர்கள் என்று நினைக்கிறேன்.’

‘நான் அதிகம் வெண்டைக்காய் சாப்பிட்டிருக்கிறேன். மூளை! நான் எடுத்துக்கொள்வது கால்குலேடட் ரிஸ்க் என்பார்களே அது. ‘டெலிபோனை எடுத்து கிருஷ்ணா மிஷனின் நம்பரைச் சுழற்றினேன்.

அம்மாள் டெலிபோனில் வந்தாள். அருகேயே காத்திருக்கிறாள் போலும். ‘என்ன காரியம் முடிந்து விட்டதா? செட்டில் பண்ணி விட்டீர்களா?’

‘ம்ஹூம், இல்லை, கேஸ் நடக்கப் போகிறது!’

‘அய்யோ! ஏன் அவள் பணம் வாங்கச் சம்மதிக்கவில்லையா?’

‘அதிகத் தொகை கேட்டாள்.’

‘கொடுத்துவிடுவதுதானே. எத்தனை கேட்டாள்!’

‘கேட்டாள் இல்லை, கேட்டான். அந்தப் பெண்ணின் அண்ணன். அவன்தான் இதன் மூல காரணம். என்னை வக்கீலாகத் தேர்ந்

தெடுத்திருக்கிறீர்கள். என் திறமையில் உங்களுக்கு நம்பிக்கை இருக்கிறதல்லவா?'

'இருக்கிறது.'

'பின் ஏன் பயப்படுகிறீர்கள். அந்தப் புகாரில் கூறியிருப்பது நிஜமா?'

'இல்லவே இல்லை, அத்தனையும் பொய்.'

'பின் ஏன் பயப்படுகிறீர்கள்?'

'மிஸ்டர் கணேஷ்! ஏற்கெனவே இந்தக் கேஸ் எங்கள் மிஷனை மிகவும் பாதித்துவிட்டது. வரவேண்டிய பணம் எல்லாம் நின்று விட்டது. கொடுப்பவர்களுக்கு எல்லாம் சந்தேகம் வந்து விட்டது.'

'கேஸ் ஜெயித்தால் அவர்கள் மனம் மாறிவிடுவார்கள் அல்லவா? உங்கள் பக்கம் குற்றம் இல்லை என்றால் ஏன் தயங்கவேண்டும்? பயப்படாதீர்கள். எனக்கு ஒரு விஷயம் தெரியவேண்டும். சற்றுமுன் சொன்னீர்கள். உங்களுக்கு வர வேண்டிய ஒரு மிகப் பெரிய கிரான்ட் தொகை நின்று போய்விட்டது என்று. அந்தத் தொகையை யார் கொடுப்பதாக இருந்தார்கள்?'

'கொஞ்சம் இருங்கள் சொல்கிறேன்... பத்து லட்சம் ரூபாய் கொடுக்க ஒப்புக்கொண்டிருந்தார்கள், ஏவி.ஆர் குரூப் ஆஃப் இண்டஸ்ட்ரீஸ் என்கிற ஸ்தாபனம். அவர்களிடமிருந்து கடிதம் வந்துவிட்டது. உங்கள் மிஷனைப் பற்றி எங்களுக்குச் சந்தேகம் ஏற்பட்டுவிட்டதால் நாங்கள் இந்தத் தொகையை கொடுப்பதற் கில்லை என்று...'

'ஒரு நிமிஷம்' என்று டெலிபோன் டைரக்டரியைப் புரட்டி ஏவி.ஆர் க்ரூப் ஆஃப் இண்டஸ்ட்ரீஸின் பக்கத்தைப் புரட்டி ஆராய்ந்தேன். பிறகு வஸந்தின் குறிப்புகளை ஆராய்ந்தேன்.

'உங்கள் கேஸ் ஜெயித்துவிட்டது. நிம்மதியாகத் தூங்குங்கள். கவலையே படாதீர்கள்' என்றேன்.

'எப்படி?'

'இனி நான் பார்த்துக்கொள்கிறேன். நூறு சதவிகிதம் உத்திர வாதம். கேஸ் வெற்றி! அப்புறம் விவரமாகச் சொல்கிறேன்.

வணக்கம்.'

டெலிபோனை வைத்த என்னை வஸந்த் வினோதமாகப் பார்த்தான். ஏனெனில் நான் நிதானமாக ஒரு நிமிஷம் சிரித்தேன். கடைசியில் வாயைத் திறந்து அனுபவித்துச் சிரித்தேன். வஸந்த் நிச்சயம் என் மன ஆரோக்கியத்தைப் பற்றி சந்தேகப்பட்டிருப்பான்.

'என்ன பாஸ் நீங்களே சிரித்துக்கொள்கிறீர்கள்?'

'எல்லாம் பொருந்துகிறது. சக் என்று கோத்து வைத்தாற்போல்! வஸந்த், வேடிக்கையைப் பார். மிஷனைச் சேர்ந்தவர்களும் கோர்ட்டுக்குப் போக இஷ்டப்படவில்லை. மாயாவின் கட்சியும் கோர்ட்டுக்குப் போக இஷ்டப்படவில்லை. நான் மட்டும் தனிக் கட்சி ஆகிவிட்டேன். எந்தப் பக்கம் உண்மை இருக்கிறது என்பது கோர்ட்டில் தெரியாமல் போகலாம். ஆனால், சுவாமி அவர்கள் கட்சி கேஸில் ஜெயிக்கப் போவது என்னவோ நிச்சயம்.'

'நீங்கள் சொல்வது ஒன்றுமே புரியவில்லை.'

'காரணம்... வஸந்த், காரணம். எல்லாவற்றுக்கும் காரணம் இருக்கிறது. கிருஷ்ணா மிஷன் பணம் கொடுக்க இசைந்ததின் காரணமும் மாயாவின் அண்ணன் புகாரை வாபஸ் வாங்கிக் கொள்ளச் சம்மதிப்பதின் காரணமும் ஒன்றே, சிம்பிள்.'

'ம்ஹூம்' என்றான் புரியாமல்.

'நீ ஒரு மரமண்டை. ஒரு பேப்பர் பென்சில் எடுத்துக்கொள். ப்ரீஃப் தயாரிப்பதற்கான பாயிண்டுகள்!'

'அப்படி என்றால் இந்தக் கேஸ் நடக்கத்தான் போகிறது.'

'நிச்சயம் மேளதாளத்துடன்! பாவம் மாயா!' என்றேன்.

5

'இன்று சாமியார் வழக்கு' என்று என் உயர எழுத்துக்களில் ஒரு லோக்கல் தினசரி முதல் பக்கத்தில் ஜோடித்திருந்தது. சென்னையில் சோம்பேறிகள் நிறைய இருக்கிறார்கள். பலன்... கோர்ட்டில் நல்ல கூட்டம்.

நானும் வஸந்தும் பின் பக்கமாக நுழைந்து, அவசரமாக கேண்டீனில் இட்லி, வடை, காப்பி சாப்பிட்டுவிட்டு கோர்ட்டுக்குச் சென்றபோது, 'கோர்ட்டின் வெளிவாசலில் 'கிருஷ்ணா மிஷன், உலக மிஷன், அதைக் களங்கப்படுத்தாதே', 'சூரியனை மேகம் சில நிமிஷங்கள்தான் மறைக்கும்' என்று அவசர எழுத்துக்களில் அட்டைகளில் எழுதிய போர்டுகள் தாங்கிப் பல

இளைஞர்கள், பெண்கள், வெள்ளைக்காரர்கள், சின்ன சுவாமிகள், கைக்குழந்தையுடன் தாய்மார்கள் எல்லாரும் நின்று கொண்டிருந்தார்கள்.

நடுவே ஆர்மோனியம் கேட்டது. அகண்ட பஜனை! நான் சென்ஸ், சில சில்லறை ரௌடிகள் எந்தப் பக்கம் எப்போது சோடா பாட்டில் எறியலாம் என்று யோசித்துக்கொண்டிருந்தார்கள். எல்லோரும் சுவாமி வரக் காத்திருந்தார்கள். ரிசர்விலிருந்து போலீஸ்காரர்கள் வந்து இறங்கிக்கொண்டிருந்தார்கள்.

சுவாமி ஷெவர்லே காரில் வந்து இறங்கினார். அவரை அடைகாத்து அணைத்து பின் வழியாகக் கடத்தல் செய்து உள்ளே கொண்டு சென்றுவிட்டேன். ஓர் இளம்பெண் ஆவேசத்தில் ஜாக்கெட்டை அவிழ்த்துவிட, அவளை நோக்கிச் சென்ற கூட்டம் எங்களுக்குச் சாதகமாக இருந்தது.

சுவாமியை அறையில் உட்காரச் செய்து, 'சுவாமிஜி, நீங்கள் வந்து நின்றால் போதும். அங்கே எதுவும் வித்தை செய்து காட்ட வேண்டிய அவசியமில்லை. தண்ணீரைப் பாலாக்குவது, மோராக்குவது, விபூதி கொட்டுவது இதெல்லாம் வேண்டாம். உங்களை நான் சாட்சியாக விசாரிக்கப்போவதில்லை' என்றேன். அவர் புன்னகைத்தார். 'உனக்கு இன்னும் நம்பிக்கை ஏற்படவில்லை' என்று சொன்னது மோகனப் புன்னகை. 'சுவாமிஜி! நோ ட்ரிக்ஸ்' என்றேன். அம்மாள் விசிறினாள். கூண்டுக்குக்கூட வந்து விசிறுவார்கள்போல் இருந்தது. நான் சுவாமிஜியை நேராகப் பார்த்தேன்.

சாந்தம் நிஜமாகவே தவழ்ந்தது. ஒரு நிமிஷ பேதலிப்பில் அவரிடம் கடவுள்தனம் இருக்கிறதா என்று சந்தேகம் ஏற்பட்டு, விழுந்து சேவிக்கலாம் என்று தோன்றியது. நல்ல அழகான சிரிப்பு. இவர் சாட்சி சொல்லவேண்டாம். சிரித்தால் போதும். கன்னிப் பெண்கள், கனம் கோர்ட்டார்கள் எல்லோரையும் கவர்ந்துவிடும். எதிரே ஹாலில் அந்தப் பெண் மாயாவைச் சுற்றி இரண்டு வக்கீல்களும் அவள் அண்ணனும் அர்ஜுனனுக்கு முன் கிருஷ்ண பரமாத்மாக்கள் உபதேசம் செய்வதுபோல் புகட்டிக் கொண்டிருந்தார்கள். அங்கிருந்து அவள் முகபாவத்தை அனுமானிக்க முடியவில்லை. சிரத்தையின்மை? கொஞ்சம் பயம்?

கோர்ட்டில் மைக் கிடையாது. தமிழ் சினிமா போல் அவரவர் இஷ்டத்துக்குச் சொற்பொழிய முடியாது. வெள்ளமாக சாட்சி

வார்த்தைகளை, மாஜிஸ்டிரேட் சொல்லி எழுதி எழுதி மாய வேண்டும் அல்லது அருகில் இருப்பவர் டைப் அடிக்க வேண்டும். பொதுவாகவே நிதானமாக மாடு அசை போடு வதைப் போலத்தான் நடக்கும். கோர்ட்டில் நடந்தது பூராவையும் எழுதினால் ரத்தினம் பொடி விளம்பரம் வரைக்கும் எழுத வேண்டி இருக்கும். எனவே சுருக்கம்.

கட்சிகள்: சுவாமியின் பக்கம் அடியேனும் வஸந்த்தும்.

பிராசிக்யூஷன்: சர்க்கார் வக்கீல் பழனிசாமி, மாயாவுக்காக பிரத் யேகமாக சுவாமிநாதன் என்பவர் (என்னுடன் சில தினங்கள் இருந்துவிட்டு ஒரு மனஸ்தாபத் தில் விலகினவர். நிறையப் பணம் பண்ணிவிட்ட தாகக் கேள்வி).

இனி சில பகுதிகள்:

கணேஷ்: யுவர் ஆனர்! பிராசிக்யூஷன் சாட்சிகளின் பட்டியல் என்னிடம் இல்லை. குமாரி மாயாவின் அண்ணன் திரு ஆர். ரமேஷ் என்பவர் அதில் இல்லை என்றால் அவரை கோர்ட் சாட்சியாக விசாரிக்க சம்மன் அனுப்பப்படவேண்டும் எனக் கேட்டுக் கொள்கிறேன்.

பழனிசாமி: அந்தக் கஷ்டம் நண்பருக்கு வேண்டாம். திரு ரமேஷ் எங்கள் முக்கிய சாட்சிகளில் ஒருவர்.

சாமிநாதன்: யுவர் ஆனர். அந்தப் புகார் இந்தக் கோர்ட்டில், ஆதாரமாக இ.பி.கோ. 375-ன்படி பலாத்காரம் மற்றும் பிற விஷயங்களை விசாரித்துத் தீர்க்கப் படப் போகிறது. இந்த வழக்கில் உங்கள் உத்தர வைத் தொடர்ந்து சுவாமி கிருஷ்ணானந்தாவின் மேல் ஒரு சிவில் வழக்கு தொடர இருக்கிறோம். என் கட்சிக்காரர் இந்த வழக்கின் சம்பவத்தால் மிகவும் மானமிழந்து அவள் எதிர்காலம் மிகவும் பாதிக்கப்பட்டிருக்கிறது. அதற்காக நஷ்ட ஈடு கோரப் போகிறோம்.

கோர்ட்: அது சிவில் வழக்கு. இந்த வழக்கில் சுவாமி குற்றவாளியா, இல்லையா என்பதைத்தான் இந்தக் கோர்ட் தீர்மானிக்கும். அதற்குரிய சிறைத்

தண்டனையும் அபராதமும் விதிக்கத்தான் எனக்கு வாய்ப்பு இருக்கிறது.

மாயா: (முதல் சாட்சியத்தின் சில பகுதிகள்) சுவாமி என்னை அழைத்தார்... மிகவும் கனிவாக. என் உடலைத் தொட்டு வருடினார்... டாக்டர் சரஸ்வதி என்பவர் (கோர்ட்: சற்று உரக்கப் பேசுங்கள். காதில் விழுவதில்லை) பரிசோதித் தார். என் ஹைமன் பாகம்... சேதமுற்றிருந்த தாகச் சொன்னார். பலாத்காரத்தினால் சில இடங் களில் ரத்தக் காயம் இருந்தது. ரிப்போர்ட் இருக் கிறது! அந்தப் பூஜையில் ஒன்பது பெண்கள் இருந்தார்கள் என நினைக்கிறேன். இந்த மாதிரி பொதுக் கோர்ட்டில் புகார் செய்து சாட்சி சொல் வதில் என் எதிர்காலம் மிகவும் பாதிக்கப்படு கிறது என்பதை நான் அறிவேன். என் குறிக் கோள் என் மாதிரி அபலைப் பெண்களுக்கு இந்த வழக்கு ஒரு எச்சரிக்கையாக இருக்கவேண்டும் என்பதுதான். இதைத் தீர்த்துவிடலாம் என்று கிருஷ்ணா மிஷனில் ஒரு லட்சம் வரை பணம் தருவதாக ஒருவர் மூலம் அணுகிச் சொன் னார்கள். அந்த மாதிரி என்னை அணுகிச் சொன்னவர் இந்தக் கோர்ட்டில் இருக்கிறார். அதோ அவர்தான். நான் பணம் வாங்க மறுத்து விட்டேன். சர்க்கார் நியாயப்படி என்ன கொடுக் கிறார்களோ அல்லது கொடுக்காமல் போகிறார் களோ அதை ஏற்றுக்கொள்வேன். நான் நல்ல குடும்பத்தில் பிறந்தவள். நான் மன நிம்மதியைத் தேடித்தான் கிருஷ்ணா மிஷனுக்குச் சென்றேன். மன நிம்மதிக்குப் பதில் எனக்குக் கிடைத்தவை காயங்கள். சுவாமி என்னைக் கடித்தார். மற்ற பெண்கள், 'அது மிகவும் சகஜமாக நிகழ்வது. நீ கோபிகா பூஜை பார்க்கவேண்டும், நிறைய விளையாடுவார்' என்றார்கள். அவர்கள் மரியு வானா உட்கொள்கிறார்கள். இரவு முழுவதும் விழித்து இருக்கிறார்கள்...'

கணேஷ்: (குறுக்கு விசாரணையின்போது) அந்தப் புகார் கடிதத்தை நீங்களேதான் எழுதினீர்களா?

மாயா:	ஆம்.
கணேஷ்:	அதில் எழுதியிருப்பது எல்லாம் நடந்ததா?
மாயா:	ஆம்.
கணேஷ்:	ஹேவஜ்ர சக்தி பூஜை - இந்தப் பெயர் உங்களுக்கு எப்படிக் கிடைத்தது?
மாயா:	அவர்கள் பேசிக்கொண்டார்கள். அந்தப் பூஜையின் பெயர் அது என்று.
கணேஷ்:	நீங்கள் அந்தப் புகாரைத் தன்னிச்சையாக, ஆசிரமத்தில் நடந்ததை விவரமாக எழுதினீர்களா! வேறு ஒருவரின் உதவியையும் நாடவில்லையா?
மாயா:	(தன் வக்கீலைப் பார்த்துக்கொண்டு) நான்தான் எழுதினேன்.
கணேஷ்:	ஆசிரமத்துக்குச் செல்லுமுன் நீங்கள் கன்னியா?
பழனிசாமி, சாமிநாதன்:	அப்ஜெக்ஷன்! அப்ஜெக்ஷன்!
கணேஷ்:	டாக்டர் சரஸ்வதியை நீங்கள் எப்போது பார்த்தீர்கள்?
மாயா:	சம்பவம் நடந்த மறுதினம்.
கணேஷ்:	டாக்டர் சரஸ்வதியிடம் அதற்குமுன் எப்போதாவது சென்றிருக்கிறீர்களா?
மாயா:	சென்றிருக்கலாம்.
கணேஷ்:	எதற்கு?
மாயா:	ஒரு டாக்டரிடம் எதற்குப் போவார்கள்?
கணேஷ்:	என் கேள்விக்குப் பதில் தேவை. எதற்கு?
மாயா:	ஜலதோஷம்! இருமல்! சரிதானே?
கணேஷ்:	டாக்டர் சரஸ்வதி ஒரு கைனகாலஜிஸ்ட். அவரிடம் ஜலதோஷத்துக்கும் இருமலுக்கும் போவார்களா? எந்த இடத்தில் இருமல்?
பழனிசாமி:	அப்ஜெக்ஷன், கீழ்த்தரமான விஷமத்தனமான...

கோர்ட்:	மிஸ்டர் கணேஷ்!
கணேஷ்:	சாரி, யுவர் ஆனர்! மிஸ் மாயா! நீங்கள் டாக்டர் சரஸ்வதியிடம் ஒரு ஆப்பரேஷன் செய்துகொள்வதற்குச் சென்றது ஞாபகம் இருக்கிறதா?
பழனிசாமி, சாமிநாதன்:	(மிக ஆக்ரோஷமாக) அப்ஜெக்ஷன் யுவர் ஆனர்.
கோர்ட்:	மிஸ்டர் கணேஷ்! இந்தக் கேள்வி அநாவசியமானது.
கணேஷ்:	யுவர் ஆனர், ஷி ஸேஸ் ஷி இஸ் எ வர்ஜின். ஷி இஸ் நாட்.
கோர்ட்:	ஷி வாஸ் ஒன்ஸ். இந்தக் கேஸ் மாயாவின் கன்னிமையைப் பற்றி அல்ல என்று நினைக்கிறேன்.
சாமிநாதன்:	பலாத்காரம் செய்யப்பட்ட பெண்ணின் கடந்த காலத்தைப் பற்றி நமக்கு அக்கறை இல்லை என்று நினைக்கிறேன்.
கணேஷ்:	பலாத்காரம் நடக்கவே இல்லை. நான் நிரூபிக்கிறேன். மிஸ் மாயா! அந்தப் புகாரை நீங்கள் எங்கே எழுதினீர்கள்?
மாயா:	போலீஸ் நிலையத்தில்.
கணேஷ்:	எழுதினீர்களா? எழுதி, கொண்டுவந்து கொடுத்தீர்களா?
கணேஷ்:	அதில் எழுதியிருப்பது உங்கள் கையெழுத்திலா?
மாயா:	ஞாபகமில்லை.
கணேஷ்:	ஆச்சரியம்! ஞாபகமில்லையா? அதில் எழுதியிருப்பது உங்கள் கையெழுத்து இல்லை என்று சொல்கிறேன்.
மாயா:	நான் சொல்லி யாராவது எழுதி இருக்கலாம். என் அண்ணனாக இருக்கலாம். எனக்குக் கோர்வையாக எழுத வராது. நான் சொல்லச் சொல்ல அவன் அப்படியே எழுதினான்.
கணேஷ்:	சற்றுமுன் சாட்சி சொல்கையில் நான் இந்தப் புகாரைத் தன்னிச்சையாகத்தான் எழுதினேன்;

எவருடைய உதவியையும் நாடவில்லை என்றீர்கள். இப்போது என் அண்ணன் எழுதி நான் கையெழுத்து போட்டேன் என்கிறீர்கள். எது உண்மை?

மாயா: இப்போது சொன்னதுதான் நிஜம்.

வஸந்த்: (தொடர்ந்து) மிஸ் மாயா! நீங்கள் ஒர்க்கிங் கர்ல்ஸ் ஹாஸ்டலிலிருந்து சென்ற செப்டம்பர் மாதம் விலக்கப்பட்டது உண்மையா?

பழனிசாமி: அப்ஜெக்‌ஷன்.

கோர்ட்: கேள்வி அநாவசியமானது.

வஸந்த்: மிஸ் மாயா! உங்களுக்கு ஏ. சேதுராமன் என்பவரைத் தெரியுமா?

மாயா: தெரியாது.

வஸந்த்: நீங்கள் வேலை பார்த்து வந்த மெக்கின்ஸி கம்பெனியில் அஸிஸ்டண்ட் மானேஜர் சேதுராமன் தெரியாது.

மாயா: பெயர் ஞாபகம் இல்லை.

வஸந்த்: அவருக்கு எழுதிய கடிதம் ஞாபகம் இருக்கிறதா? 'நீங்கள் என்னைக் கல்யாணம் செய்துகொள்ளாவிட்டால் உடனே வழக்கு போடுவேன்.'

மாயா: இல்லை, இல்லவே இல்லை. இது அபாண்டம்!

பழனிசாமி: யுவர் ஆனர்! திஸ் இஸ் தி லிமிட்.

கோர்ட்: மிஸ்டர் கணேஷ்! உங்கள் ஜூனியர் வரம்பு மீறுகிறார்.

கணேஷ்: மன்னிக்கவும். இந்தப் பெண் ஒரு தேர்ந்த ப்ளாக்மெய்லர் என்பது எங்கள் வாதம்.

கோர்ட்: அதைக் கண்டுபிடித்துவிடலாம். சுவாமியின் கேஸில் புகாரில் சொல்லப்பட்டது நடக்கவில்லை என்று நீங்கள் நிரூபித்தால் போதும். அதை விட்டுவிட்டு, புகாரை யார் எழுதியது; மாயா போன வருஷம் எந்த டாக்டரிடம் எதற்குப்

போனாள்... இதெல்லாம் வழக்குக்கு அப்பாற் பட்டது. உங்கள் கேள்விகளைக் கட்டுப்படுத்த வேண்டும்.

வஸந்த்: மிஸ் மாயா! மற்றொரு...

கணேஷ்: (தடுத்து நிறுத்தி) மேலே கேள்விகள் எதுவும் இல்லை யுவர் ஆனர்.

மாயாவை விட்டுவிட்டு அடுத்து சாட்சி சொன்ன அவன் அண்ணன் ரமேஷைப் பிடித்துக்கொண்டோம்.

ரமேஷ்: (தன் பிரதான சாட்சியத்தில்) அவள் அன்று காலை கண்ணீர் ததும்ப, உடல் துவண்டு திரும்பி வந்தாள். நடந்த விஷயத்தைத் தயக்கத்துடன் சொன்னதும், அந்த மாதிரி போலி ஆசாமிகளை அம்பலப்படுத்த நான்தான் கம்ப்ளெய்ண்ட் கொடுக்கத் தீர்மானித்தேன். அவள் சொல்லச் சொல்ல நான்தான் எழுதிக்கொடுத்தேன். எங்கள் குறிக்கோள் சமூகத்தில் பெண்களுக்கு இந்த மாதிரிப் போலிகளிடமிருந்து விடுதலை வேண்டும். (எட்ஸெட்ரா...எட்ஸெட்ரா...)

கணேஷ்: (குறுக்கு விசாரணையின்போது) மிஸ்டர் ரமேஷ், நீங்கள் கன்னிமரா நூல்நிலையத்தில் மெம்பரா?

ரமேஷ்: (யோசித்து) ஆம்.

கணேஷ்: சம்பவம் நடந்த மறுதினம் நீங்கள் அந்த நூல் நிலையத்திலிருந்து ஒரு புத்தகம் எடுத்தீர்கள். ஞாபகம் இருக்கிறதா?

ரமேஷ்: ஞாபகமில்லை. எவ்வளவோ புத்தகம்.

கணேஷ்: நான் ஞாபகப்படுத்துகிறேன். ஸர் ஜான் உட்ரஃபின் தந்த்ரா என்கிற புத்தகம்.'

ரமேஷ்: இருக்கலாம். படிப்பதற்கு எடுத்திருக்கலாம்.

கணேஷ்: திடீரென்று தந்த்ர சாஸ்திரத்தில் உங்களுக்கு என்ன அக்கறை?

ரமேஷ்: பொதுவாகவே எனக்கு அந்த விஷயங்களில் ஆர்வம் உண்டு.

கணேஷ்: யுவர் ஆனர்! என்னிடம் அந்தப் புத்தகத்தின் மற்றொரு பிரதி இருக்கிறது. அதை டிபென்ஸ் தரப்பு எக்ஸிபிட்டாக சமர்ப்பிக்கிறேன். அதில் 108-ம் பக்கத்தில் ஹேவஜ்ர பூஜை என்கிற அத்தியாயத்தில் அடிக் கோடிட்டிருக்கிற வர்ணனையை உங்கள் பார்வைக்குக் கொணர விரும்புகிறேன். அந்த வரிகள் மாயாவின் குற்றச்சாட்டில் எழுதப்பட்டிருக்கிற பல வரிகளுடன் அப்படியே எழுத்துக்கு எழுத்து மாறாமல் ஒத்துப்போவதைக் கவனிக்க விரும்புகிறேன்.

(வஸந்த் அருகில் சென்று விளக்குகிறான்).

கோர்ட்: (அதை ஆராய்ந்து) மிஸ்டர் ரமேஷ்?

ரமேஷ்: இது தற்செயலாக நிகழ்ந்திருக்கலாம்.

கணேஷ்: அந்தப் புகார் பொதுவாக தந்த்ரா என்கிற புத்தகத்திலிருந்து காப்பி அடித்து எழுதப்பட்டிருக்கிறது. வடக்குப் பக்கம் வேரை எடுப்பது, பௌர்ணமி நிலவைப் பார்ப்பது, நாபியில் புஷ்பம் வைப்பது, அந்தரங்கத்திலிருந்து ரோமம் எடுப்பது... வாக்கிய அமைப்புகள்கூட மாறவில்லை.

ரமேஷ்: ஹேவஜ்ர பூஜை என்று மாயா சொன்னாள். அதைப் பற்றிக் கொஞ்சம் ரெஃபர் பண்ணி இருக்கலாம்.

கணேஷ்: புகார் முழுவதும் கற்பனை யுவர் ஆனர். மிஸ்டர் ரமேஷ், நீங்கள் எங்கே வேலை செய்து கொண்டிருக்கிறீர்கள்?

ரமேஷ்: ஆர்.வி இண்டர்நேஷனல் என்கிற கம்பெனி.

கணேஷ்: என்ன வேலை?

ரமேஷ்: ப்ரொப்ரைட்டர் வாசுதேவன் என்பவருக்கு அந்தரங்கக் காரியதரிசியாக...

கணேஷ்: வாசுதேவன் பிரபல ஏவி.ஆர் க்ரூப் ஆஃப் இண்டஸ்ட்ரீஸ் அதிபரின் மகன் என்பது தெரியும் அல்லவா?

ரமேஷ்: தெரியும்.

கணேஷ்: வாசுதேவன் மேல் இன்கம்டாக்ஸ் டிபார்ட்மெண்ட், கஸ்டம்ஸ் இலாகா, வஜ்ரவேலு முதலியார் போன்றோர் பல பல சிவில் கோர்ட்டுகளில் வித விதமான தொகைகளுக்கு மூன்றரை லட்சம்வரை வழக்குகள் தொடுத்திருப்பது தெரியுமா உங்களுக்கு?

ரமேஷ்: இருக்கலாம்.

கணேஷ்: வாசுதேவனுக்கும் அவர் தந்தைக்கும் பேச்சு வார்த்தை இல்லை என்பது தெரியுமா?

ரமேஷ்: அது அவர் சொந்த விஷயம்...

கணேஷ்: வாசுதேவனின் தந்தை கிருஷ்ணா மிஷனுக்கு ஒரு பெரிய தொகை க்ராண்டாகக் கொடுக்க இருந்தார் என்பது உங்களுக்குத் தெரியுமா?

ரமேஷ்: தெரியாது.

கணேஷ்: ஆச்சரியம்! யுவர் ஆனர். கிருஷ்ணா மிஷனுக்கு வாசுதேவன் என்பவர் எழுதிய கடிதம் ஒன்றில், 'அந்தப் பணமெல்லாம் என்னை வந்து சேர வேண்டியது. அதை நீங்கள் ஏற்றுக்கொண்டால் அது கோர்ட்டில் செல்லுபடியாகாது' என்று எழுதி இருக்கும் கடிதம் ஒன்றை டிபென்ஸ் எக்ஸிபிட் இரண்டாகச் சமர்ப்பிக்கிறோம்.

ரமேஷ்: எனக்குத் தெரியாது.

கணேஷ்: இந்தக் கேஸ் பற்றிப் பத்திரிகைகளில் வந்ததும் வாசுதேவனின் தந்தை அந்த கிராண்ட் தொகை கொடுப்பதை வாபஸ் வாங்கிக்கொண்டுவிட்டார் என்பதும் தெரியுமா உங்களுக்கு?

ரமேஷ்: தெரியாது.

கணேஷ்: யுவர் ஆனர், கிருஷ்ணா மிஷனுக்கு வாசுதேவனின் தந்தையிடமிருந்து வந்த மற்றொரு கடிதத்தைப் பார்வைக்கு வைத்திருக்கிறோம். பத்து லட்சம் ரூபாய் கொடுக்க இருந்தார்கள். அதை வாபஸ் வாங்கிக்கொண்டுவிட்டார்கள்.

கோர்ட்:	வாட் ஆர் யூ எய்மிங் அட் மிஸ்டர் கணேஷ்?
கணேஷ்:	யுவர் ஆனர். இந்த வழக்கு ஒரு கான்ஸ்பிரஸி. வாசுதேவனால் தூண்டப்பட்டு, ரமேஷ் இந்த வழக்கை ஜோடித்திருக்கிறார். வாசுதேவன் மிகவும் பணத்தேவையும் கடனும் உள்ளவர். அவர் தந்தையிடம் எல்லாப் பணமும் இருக்கிறது. அதை கிருஷ்ணா மிஷனுக்கு கிராண்டாகக் கொடுக்க இருந்தார். கிருஷ்ணா மிஷனின் மேல் முதலில் களங்கம் விளைவிக்க வேண்டும். அதற்காக ஒரு பெண்ணை- ரமேஷின் தங்கையை- சுவாமி அவர்களின்மேல் புகார் செய்யச் சொல்லி அந்தப் புகார் நிஜமாக தொனிக்கவேண்டும் என்பதற்காக கன்னிமரா நூல் நிலையத்திலிருந்து புத்தகம் எடுத்து, ஹேவஜ்ர பூஜை பற்றிப் படித்து அந்த வரிகளை உபயோகித்து... அவர்கள் நினைத்தது நடந்துவிட்டது. அந்த கிராண்ட் தொகை இந்த வழக்கு விவரங்கள் பிரபலமானதும் மறுக்கப்பட்டுவிட்டது. தந்தையிடமிருந்து மகன் பெற விரும்பிய லட்சங்கள், அதை அடைய முதலில் என்ன செய்ய வேண்டும்? மிஷனுக்கு கொடுக்காமல் தவிர்க்கவேண்டும். பிறகு தந்தையுடன் சமாதானமானதும்.. யுவர் ஆனர், நீங்கள் விரும்பினால் வாசுதேவன் என்பவரைக் கோர்ட் விட்னஸாக ஸம்மன் அனுப்பி விசாரிக்க வேண்டுகிறேன்.
கோர்ட்:	கோர்ட்டை இப்போது அட்ஜர்ன் செய்கிறேன். பிற்பகல் இதைப் பற்றி முடிவு செய்கிறேன்.

மேலே விவரிக்கத் தேவையில்லை. வழக்கை சுலபமாக வென்று விட்டோம். தீர்ப்பு அளிக்கும்போது, 'புகாரில் சொல்லப்பட்ட சம்பவம் நடைபெற்றிருக்குமா என்பது பற்றி நிறையச் சந்தேகங்கள் எழுகின்றன. சுவாமியின் சர்வதேச பிம்பத்துக்குக் களங்கம் விளைவிக்கும் முயற்சிதான் தெரிகிறது. இந்தப் புகாருக்கு ஆதாரமாகப் பண நோக்கம் இருப்பதும் தெரிகிறது. டிபென்ஸ் தரப்பு விவாதத்தின் படி ஸ்ரீவாசுதேவன், ரமேஷ், மாயா மூவரும் சேர்ந்து திட்டமிட்டு இதைச் செய்திருக்கலாம்

என்று நம்புவதற்கு நிறைய வாய்ப்புகள் இருக்கின்றன. கேஸ் தள்ளுபடி செய்யப்பட்டு விட்டது.'

'வெற்றி!'

கேஸ் வெற்றி பெற்ற மறுதினம் சுவாமி அவர்களைச் சந்திக்க கிருஷ்ணா மிஷனுக்குச் சென்றிருந்தோம். அம்மாள் புன்னகை யாக வரவேற்றாள்.

மிஷனே கோலாகலமாக இருந்தது. தோரணங்கள் புதிதாகத் தென்பட்டன. பஜனைகள் இன்னும் உரக்க ஒலித்தன. பூக்களின் நிறம்கூடப் புதிய ஒளி பெற்றிருந்தது. எனக்கு வெள்ளித் தட்டில் ஆப்பிள், ஆரஞ்சு, வெற்றிலைப்பாக்கு, கரன்ஸி நோட்டுகள் ஆகியவை அளிக்கப்பட்டன. தட்டையும் எடுத்துக்கொள்ளச் சொன்னார்கள். சுவாமி தியானத்தில் இருந்தார். என்னைச் சந்திப்பதற்காகக் கருணை கூர்ந்து ஒரு நிமிஷம் வந்தார். நான் எழுந்து நின்றேன். 'உட்கார்' என்று கை அசைத்தார். புன்னகைத் தார். 'சொல்' என்றார்,

'சுலபமாக வென்று விட்டோம்' என்றேன்.

'தெரியும். உனக்கு முதலில் இருந்த சந்தேகம் விலகி விட்டதல்லவா?'

'விலகிவிட்டது சுவாமி.'

'நம்பிக்கைதான் எதற்கும் ஆதாரம் என்பது தெரிந்ததா?'

'நம்பிக்கை ஏற்பட்டு விட்டது சுவாமி! நான் என் கடமையைச் செய்தேன். என் முதல் கடமை சந்தேகிப்பது.'

'தப்பு! முதல் கடமை நம்புவது. வக்கீலாக இருந்தாலும் லோக பரிபாலனம் செய்பவனாக இருந்தாலும் நம்பிக்கை. எதிலாவது நம்பிக்கை இல்லாமல் அவன் கடவுளை எய்த மாட்டான். அன்றாட சந்தேகங்களை ஒழித்துவிட்டு, நிர்மல மாகக் கடவுளை அணுகு. வரவேற்பார். உன் பார்வையில், புறப்பார்வையில் இருக்கும் மாயத்திரையை விலக்கி...' சுவாமி தன் கையை ஒரு சுற்றுச் சுற்றி ஒரு சிறிய தங்கக் கிருஷ்ணனை உருவாக்கி எனக்குக் கொடுத்தார். வஸந்த் அதை வாங்கி ஆச்சரியத்துடன் பார்த்தான்.

நான் சுவாமியை விழுந்து சேவித்தேன்.

'சுவாமி, நான் வருகிறேன்.'

'செல்! உண்மையால் உலகத்தை வெல்!'

மிஷனிலிருந்து திரும்பும்போது காரில் வஸந்த் கேட்டான். 'பாஸ்! அந்த மனிதர் எப்படிப்பட்டவர் என்பது எனக்கு இன்னும் விளங்கவில்லை.'

'எனக்கு விளங்கிவிட்டது. அவரிடம் கடவுள் அம்சம் இருக்கிறது. நிச்சயம் இருக்கிறது.'

கிருஷ்ண விக்கிரகத்தைத் திருப்பித் திருப்பிப் பார்த்து, 'தங்கம் தான்' என்றான். 'நம் நாட்டின் உணவுப் பிரச்னையைத் தீர்க்க அவர் மாதிரி ஆசாமிதான் வேண்டும். 'ஹிக்' என்று கையைச் சுழற்றி, 'ஒரு பிளேட் சாப்பாடு வற்றல் குழம்புடன்' என்றான். 'ஐ ஸீ. எனக்கு இன்னும் நம்பிக்கை இல்லை. உங்களுக்கு?'

'எனக்குப் பூரண நம்பிக்கை ஏற்பட்டுவிட்டது. நம்பிக்கையில் தான் உலகமே சுழல்கிறது.'

'ஓம் சாந்தி! பாஸ்! உங்கள் ப்ரீஃப்கேஸ் எங்கே?'

காரில் தேடினோம். அகப்படவில்லை.

'மாயமாய் மறைந்துவிட்டது.'

'இல்லை, மிஷனில் அந்த அறையில் போட்டுவிட்டு வந்து விட்டேன்.'

'அவர்கள் எடுத்து வைத்திருப்பார்கள். அப்புறம் அனுப்பி விடுவார்கள்.'

'இல்லை வஸந்த். அதில் அடுத்த கேஸுக்கான மிக முக்கிய டாக்குமெண்டுகள் இருக்கின்றன. திரும்பிப் போய் எடுத்து வந்து விடலாம்.'

மிஷன் வாசலில் காரை நிறுத்திவிட்டு நான் மட்டும் நடந்து உள்ளே சென்றேன்.

மிஷன் அமைதியாக இருந்தது. பஜனை சப்தம் எதுவும் கேட்கவே இல்லை. இரவு அணுகிக்கொண்டிருந்த நேரம். வாயில் அறை காலியாக இருந்தது. அதில் என் ப்ரீஃப்கேஸ்

இருந்தது. அதை எடுத்துக்கொண்டு அம்மாள் அல்லது யாரிட மாவது சொல்லிவிட்டுச் செல்லலாம் என்று உள்ளே நுழைந் தேன். ஆச்சரியம்! காரிடார் காலியாக இருந்தது. அறைகள் மூடி இருந்தன. சுவாமி முன்பு வெளிவந்த அறை ஞாபகம் இருந்தது. அதன் கதவைத் திறக்க முயன்று பார்த்தேன். திறந்தது. மெது வாகத் திறந்தேன்.

உள்ளே பெரும்பாலும் இருட்டாக இருந்தது. ஒரு இடத்தில் மட்டும் உயரத்தில் சற்று வெளிச்சம் இருந்தது. சுவாமி தெரிந் தார். அவருக்கு எதிரில் ஒரு பெண்... படுத்துக் கொண்டிருக்க, மெதுவாக மிக மெதுவாக, அவள் உடைகளை விலக்கி, ஒரு தாமரை மலரை...

எல்லாம் மாயா!